காதலின் புதிய தடம்
மாறிவரும் உறவுத் தளங்கள்

ஆனந்த்

கவிஞர், நாவலாசிரியர், மொழிபெயர்ப்பாளர். மனநல ஆலோசகராகவும் மனிதவள மேம்பாட்டுப் பயிற்சி யாளராகவும் செயல்பட்டு வருகிறார்.

ராபர்ட்டோ கலாஸ்ஸோவின் 'க', 'மிஸ்டர் ஜூல்ஸூடன் ஒரு நாள்', யோஸே ஸரமாகோவின் 'அறியப்படாத தீவின் கதை' ஆகிய நூல்களையும் மொழிபெயர்த்திருக்கிறார்.

மின்னஞ்சல்: anandh51ad@gmail.com

ஆனந்த்

காதலின் புதிய தடம்
மாறிவரும் உறவுத் தளங்கள்

காதலின் புதிய தடம்
மாறிவரும் உறவுத் தளங்கள்

ஆசிரியர்: ஆனந்த்
© ஆனந்த்
முதல் பதிப்பு: ஜூலை 2019

வல்லமை
669, கே.பி. சாலை
நாகர்கோவில் 629 001

kathalin puthya thadam
marivarum uravu thalangal

Author: anandh
© anandh

Vallamai
669, K.P. Road
Nagercoil 629001
India
T.: 91-4652-278525
E.: vallamaibooks@gmail.com

ISBN: 978-93-88631-40-2

Language: Tamil
First Edition: July 2019
Pages : 128
Size: Demy 1 x 8
Paper: 18.6 kg maplitho

Wrapper printed at Print Specialities, Chennai 600014

Printed at Mani Offset, Chennai 600077

07/2019/S.No. 5, V 5, 18.6 (1) ILL

வல்லமை
இது ஒரு காலச்சுவடு பதிவீடு

Vallamai
an imprint of Kalachuvadu Publications

புதிய உலகத்தின் உருவாக்கத்தில் பங்கு பெறும்
இளைய தலைமுறையினருக்கு
இந்த நூல் சமர்ப்பணம்

பொருளடக்கம்

அணிந்துரை: ஆனந்த் எதிர்கொண்டுள்ள சவால்	9
முன்னுரை: புதிய திசை – புதிய தடம்	13
மாறிவரும் உறவுத்தளங்கள்	23
வாரம் 1 : தனிமையும் மனமும்	27
வாரம் 2 : நட்பு, காதல், மணவாழ்க்கை	31
வாரம் 3 : நம்மை நாம் காதலிப்பது	35
வாரம் 4 : உறவு என்னும் நிறப்பிரிகை	38
வாரம் 5 : என் அடையாளம்	41
வாரம் 6 : பொய்வாழ்க்கை	45
வாரம் 7 : வாழ்க்கையின் செய்திகள்	49
வாரம் 8 : பெற்றோருடன் உறவு	53
வாரம் 9 : குடும்ப அமைப்பு	56
வாரம் 10 : தொடக்கமும் முடிவும்	59
வாரம் 11 : அகத் தேவைகளும் புறத் தேவைகளும்	63
வாரம் 12 : சமூக அமைப்பு	66
வாரம் 13 : சுயத்தின் விழிப்பு	70
வாரம் 14 : காதலின் மதிப்பு	74
வாரம் 15 : மனச்சித்திரம்	78
வாரம் 16 : காதலும் அகவளர்ச்சியும்	82
வாரம் 17 : உலக மாற்றம்	86
வாரம் 18 : வளர்ச்சிப் பருவங்கள்	90

வாரம் 19: வாழ்க்கையும் சமூகமும்	93
வாரம் 20: மனமுதிர்ச்சி	97
வாரம் 21: அகமும் புறமும்	102
வாரம் 22: மேல்மனமும் ஆழ்மனமும்	106
வாரம் 23: மனநிறைவு	110
வாரம் 24: கால மாற்றம்	114
வாரம் 25: காதலிக்க வேண்டிய கட்டாயம்	117
வாரம் 26: வாழ்க்கை பற்றிய கருத்துக்கள்	121
வாரம் 27: உள்ளே இருக்கும் குழந்தை	125

அணிந்துரை

ஆனந்த் எதிர்கொண்டுள்ள சவால்

தி இந்து தமிழ் நாளிதழின் தொடக்கக் காலத்தில் அதன் இணைப்பிதழ்களுக்கான பல்வேறு பகுதிகள் குறித்து ஆலோசித்துவந்தோம். இளைஞருக்கான இணைப்பிதழில் இளைஞர்களுடனான உரையாடலாக ஒரு பத்தியை ஏற்படுத்த வேண்டும் என்று நினைத்தோம். அளவற்ற ஆற்றலும் உத்வேகமும் பேராவலும் குழப்பங்களும் நிரம்பிய இளமைப் பருவத்தின் சிக்கல்களைப் பற்றிய உரையாடலாக அது அமைய வேண்டும் என முடிவுசெய்தோம். இளைஞர்கள் மனம் திறந்து பேசவும் அவர்களுடைய மன அரங்குகளில் புதிய கதவுகளைத் திறக்கவும் இந்தப் பத்தி உதவ வேண்டும் என நினைத்தோம்.

யாரை வைத்து இந்தப் பத்தியைத் தொடங்கலாம் என யோசித்தபோது முதலில் நினைவுக்கு வந்த பெயர்களில் ஒன்று கவிஞர் ஆனந்த். இத்தகைய உரையாடல்களைத் தன் அன்றாட வாழ்வின் பகுதியாகவே அமைத்துக்கொண்டிருக்கும் ஆனந்த் இதற்குப் பொருத்தமாக இருப்பார் என்று பட்டது.

பொதுவாகவே உறவுச் சிக்கல்களைப் பற்றிய பத்திகள் அறிவுரைகளால் அல்லது உத்தரவுகளால் நிரம்பியிருக்கும். கேட்பவர் குறித்த கறாரான விமர்சனங்கள் அல்லது கேட்பவரைக் குற்றமற்றவராகச் சித்தரிப்பது ஆகிய அதீதங்கள் தலைகாட்டும். சில ஆலோசகர்கள் பழைமைவாதக் கருத்துக்களை மனநலம், பாதுகாப்பு என்னும் போர்வையில் முன்வைப்பார்கள். சிலர் உறவுகள் சார்ந்த விழுமியங்களுக்கோ சமூக வாழ்வுக்கோ

மதிப்பளிக்காமல் தனிநபர் சுதந்திரத்தைத் தட்டையான முறையில் முன்னிறுத்துவார்கள். பழைமை, நவீனம், தனி நபர் சுதந்திரம், குடும்ப அமைப்பு, சமூக அமைப்பு ஆகிய அனைத்து அம்சங்களையும் சமநிலை கொண்ட மனத்துடன் கணக்கில் எடுத்துக்கொண்டு பிரச்சினைகளை அணுகும் பார்வைகள் அரிதானவை. ஆனந்தின் பார்வை அத்தகையது என்பதால் அவர் இதற்குப் பொருத்தமானவர் என்று தோன்றியது.

உளவியல் மருத்துவர்கள், உளவியல் ஆலோசகர்கள் ஆகிய சிலர் மிகவும் பக்குவமான முறையில் பிரச்சினைகளை அணுகுவதை ஊடகங்களில் காண முடிகிறது. எனினும், உளவியல் கோணத்தையும் தாண்டிய சில கோணங்கள் படைப்பாளிகளிடம் காணக் கிடைக்கும். நவீன உளவியலின் தந்தை எனக் கருதப்படும் சிக்மண்ட் ஃப்ராய்ட், ஃபியோதர் தாஸ்தாயேவ்ஸ்கியை ஊன்றிப் படித்துவந்ததன் காரணம் இதுதான். படைப்பாளிகளின், கலைஞர்களின் அணுகுமுறை பல சமயம் தர்க்கத்துக்கு அடங்காதது; அல்லது அதன் தர்க்கத்தைப் பலராலும் தெளிவாக உணர முடியாது. உளச் சிக்கல்கள் சார்ந்த கலைஞனின் பயணம் அறிவியலாளர் அல்லது உளவியல் மருத்துவரின் பயணத்தினின்றும் வேறானது. ஒரு படைப்பிலிருந்து தேர்ந்த வாசகர் ஒருவர் கண்டடையக்கூடிய பல விஷயங்களை அந்தப் படைப்பாளியாலேயே தெளிவாகச் சொல்லவோ விளக்கவோ முடியாமல் இருக்கலாம். ஆனந்த் இந்த விஷயத்தில் நாம் காணக்கூடிய விதிவிலக்குகளில் ஒருவர். அவர் உளவியல் ஆலோசகராகவும் இருக்கும் படைப்பாளியாதலால் இரண்டு அணுகுமுறைகளின் வலிமையும் கூடிய அலாதியான அணுகுமுறையாக அவருடைய அணுகுமுறை உள்ளது. அந்த வலிமையை இந்த நூலில் ஒவ்வொரு பக்கத்திலும் தெளிவாக உணரலாம்.

ஆனந்த் இளைஞர்களின் சிக்கல்களைப் பரிவோடு அணுகுகிறார். தன்னுடைய தீர்ப்புகளையோ தீர்மானங்களையோ அவர்கள் மீது சுமத்துவதில்லை. வெளியிலிருந்து அவர்களுடைய பிரச்சினைகளை அணுகாமல் கூடியவரையிலும் அவர்களுடைய பின்புலத்தைக் கணக்கில் எடுத்துக்கொண்டு அவர்களுடைய கோணத்திலிருந்து அவர்களுடைய பிரச்சினைகளை அணுகுகிறார். என்ன செய்ய வேண்டும் என்ற பரிந்துரைப் பட்டியலை அவர்கள் முன் நீட்டுவதில்லை; என்ன செய்ய வேண்டும் என்னும் முடிவை அவர்களே எடுக்க அவர்களுக்கு உதவுகிறார்.

ஆனந்த் இதை எப்படிச் செய்கிறார்? மனக் குழப்பத்துடன் தன்னிடம் வரும் ஒருவரின் நிலையைப் புரிந்துகொண்டு அந்த

நிலைமையை ஒரு சித்திரமாக மாற்றி அவர் முன் வைக்கிறார். ஒருவர் தன்னுடைய சிக்கலின் தன்மைகளை, முரண்களை, பிறழ்வுகளைத் தானே பார்க்கும் வண்ணம் அந்தச் சித்திரம் அமைகிறது. தனக்குள் இருப்பது என்ன, தன்னைச் சுற்றி நடப்பது என்ன என்பதை ஓரளவேனும் தெளிவாகப் பார்க்கும் ஒருவரால் தனக்கு ஏற்பட்டுள்ள சிக்கலின் தன்மைகளையும் பார்க்க இயலும். அப்படிப் பார்க்கும்போது சிக்கலில் தன் பங்கு என்ன, அதிலிருந்து விடுபடும் வழி என்ன என்பதையும் தன்னளவிலேயே தீர்மானித்துக்கொள்ள இயலும்.

பிரச்சினைக்குள்ளான ஒருவர் தனது சிக்கலைத் தெளிவாகப் பார்க்க ஆனந்த் உதவிசெய்கிறார். சுய விமர்சனத்துக்கும் மதிப்பீட்டுக்கும் பாதை அமைத்துத் தருகிறார். அந்தப் பார்வையின் தெளிவே சிக்கலை எதிர்கொள்வதற்கான வழிமுறையை அடையாளம் காட்டிவிடுகிறது. சிக்கலை நேருக்கு நேர் தெளிவாகத் தரிசிப்பதும் பாவனைகள் இன்றி எதிர்கொள்வதும்தான் முக்கியம். இவை இரண்டும் சாத்தியமானால் தீர்வு தானாகவே உதயமாகும். ஆனந்த் சாத்தியப்படுத்துவது இதைத்தான்.

ஒவ்வொரு பிரச்சினையையும் தீர்க்க ஒவ்வொரு வழிமுறை அல்லது ஒரு சில தீர்வுகள், முயற்சிகள் என்னும் அணுகுமுறையே தவறானது என்றும் ஒரு பார்வை உள்ளது. பல்வேறு சிக்கல்களிலிருந்து விடுபட ஆழமான பொருளில் மன மாற்றம் முக்கியமானது என்பது எல்லோருக்கும் தெரியும். மன மாற்றம் என்பது வலிந்த முயற்சியாக அல்லாமல், ஆழ்ந்த சுய உணர்தலின் விளைவால் இயல்பாக முகிழ்க்கும் நிகழ்வாக இருக்க வேண்டும். திணிக்கப்பட்ட மாற்றங்கள் தற்காலிகத் தீர்வைத் தரலாம். ஆழத்தில் அது எந்த மாற்றத்தையும் ஏற்படுத்தாது. ஆழத்தில் ஏற்படாத எந்த மாற்றமும் நிலைத்து நிற்காது. போதனைகளும் பயிற்சிகளும் பலனின்றிப்போவதன் காரணம் இதுதான்.

சுய உணர்தலை அல்லது சுய தரிசனத்தை, அதற்கு ஆதாரமான பார்வையை வரித்துக்கொள்வதே மனித வாழ்வு பக்குவமாவதற்கான வழி. தனிப்பட்ட வாழ்க்கையும் கூட்டு வாழ்க்கையும் பரஸ்பர இணக்கத்துடன் அல்லது குறைந்தபட்ச முரண்களுடன் இணைந்து பயணிப்பதற்கு அடிப்படை தனி மனிதர்களின் சுய தரிசனம். மெய்யான சுய தரிசனம். பூச்சுக்களும் பாவனைகளும் சுயநல வேட்கைகளும் அற்ற தரிசனம்.

இந்தத் தரிசனத்தை அடையும் மனம் அழுக்குகளில் உழலாது. சக மனிதர்களை மேலென்றும் கீழென்றும் கருதாது. தன்னுடைய சுயநலத்தை முன்னிறுத்திச் சூழலில் மோதல்களை

ஏற்படுத்தாது. இத்தகைய மனங்கள் பெருகும்போது மேலான சக வாழ்வு சாத்தியமாகும். எந்தத் தனி மனிதரின் பிரச்சினையும் தனிப்பட்ட பிரச்சினை அல்ல. அது மொத்த மனித இனத்தின் பிரச்சினை. சமூக ரீதியிலானதாக நான் அடையாளம் காணும் பிரச்சினைகளும் ஒவ்வொரு தனிநபரின் பிரச்சினைகள்தாம். எதையும் பிரித்துப் பார்க்க இயலாது. இந்நிலையில் ஒரு தனி நபர் தன்னுடைய பிரச்சினைகளின் ஊற்றுக்கண்ணை அறிவது, ஒட்டுமொத்த மனித குலத்தின் பிரச்சினையின் ஊற்றுக்கண்ணை அறிவதுதான். அந்த அறிதலுக்கான கண்ணைத் திறக்க உதவுவதுதான் ஒரு வழிகாட்டியின் முன் உள்ள சவால். கவிஞராகவும் மானுடத்தின் மீது அக்கறைகொண்ட உளவியல் ஆலோசகராகவும் ஆனந்த் எதிர்கொண்டிருப்பது இந்தச் சவாலைத்தான். அதைப் பொறுப்புணர்வுடனும் பக்குவத்துடனும் மனித மனம் குறித்த ஆழமான புரிந்துணர்வுடனும் எதிர்கொண்டிருப்பதன் சாட்சியமே இந்த நூல்.

சென்னை
டிசம்பர் 8, 2018

அரவிந்தன்

முன்னுரை

புதிய திசை – புதிய தடம்

பரிணாம உயிரூக்கத்தின் வீச்சு புதியதொரு வேகத்தில் புதிய திசையில் பாயத்தொடங்கி யிருக்கிறது. அதன் விளைவாக வரலாற்றில் இதுவரை கண்டிராத மாற்றங்கள் மனிதப் பிரக்ஞையிலும் மனித வாழ்க்கையிலும் ஏற்படத் தொடங்கியிருக்கின்றன. புதியதொரு தடத்தில் மனித இனம் செல்ல ஆரம்பித்திருக்கிறது. இந்த மாற்றத்தின் தாக்கம் மனித வாழ்வின் அனைத்துத் தளங்களிலும் எதிரொலிக்கிறது. மாற்றத்துக் குள்ளாவது மனித அனுபவம் மட்டுமல்ல. அனுபவத்தளத்தின் அடிப்படைக் கட்டமைப்பே மாற்றத்துக்கு உட்பட்டுக்கொண்டிருக்கிறது. மனித உலகம் என்னும் பிரக்ஞை அமைப்பின் அடித்தளமான நம்பிக்கைகள், தீர்மானங்கள், நிர்ணயங்கள் அனைத்தும் மாற்றத்துக்குள்ளாகி வருகின்றன. இதற்கான அடையாளங்கள் பரவலாகக் காணக் கிடைக்கின்றன. முக்கியமாக இளைய தலைமுறையினரிடம் இந்த விஷயத்தை வெளிப்படை யாகக் காண முடிகிறது. அவர்களின் உறவுத் தளங்களும் அவற்றிற்கான அடிப்படை நம்பிக்கை களும் கேள்விக்குட்படுத்தப்பட்டு மாற்றங்களுக்கு உள்ளாகிக்கொண்டிருக்கின்றன.

பிரக்ஞையின் ஒவ்வொரு தளமும் தனக்கான உள்ளமைப்பையும் தனக்கேயான சுயத்தையும் கொண்டிருக்கிறது. ஒவ்வொரு தளத்தின் உள்ளீடும் பிரத்தியேகமானதாக இருக்கிறது. பரிணாம வளர்ச்சியின் முந்தைய கட்டங்களில் ‘இயல்பூக்கம்’ *(Instinct)* பிரக்ஞையின் அடிப்படையாக இருந்தது. இன்னமும் புழு, பூச்சிகள் விலங்குகளின் பிரக்ஞை

இயல்பூக்கத்தில்தான் மையம் கொண்டிருக்கிறது. இந்தத் தளத்தில் சுயம் உடற்சுயமாக *(Body-self)* இருக்கிறது.

மனித இனம் தோற்றம் கொண்டபோது, 'மனம்' என்னும் புதிய தளம் வெளிப்பட்டது. புதிய பிரக்ஞை நிலைக்கு அது அடிப்படையாக அமைந்தது. மனம் புலனுணர்வின் வழியாக விளைந்து, மூளையில் கணந்தோறும் சேகரம் கொள்ளும் நினைவுப்பதிவுகளைத் தன் மூலப் பொருளாகக் கொண்டு இயங்குகிறது. இந்தத் தளத்தில் கால உணர்வை அடிப்படையாகக் கொண்ட உலக அனுபவத்தில், நினைவுத் தொடர்ச்சியைச் சார்ந்த புதியதொரு மனச்சுயம் *(Mental self)* வார்த்தெடுக்கப்பட்டது. மனித இனம் முழுவதும் – ஒரு சிலரைத் தவிர – இந்தத் தளத்தில்தான் வாழ்கிறோம். இங்கே மனித உலகம் நாடு, மதம், ஜாதி, இனம், மொழி என்று பல துண்டுகளாகப் பிரிந்து சிதறிக் கிடக்கிறது. இந்தப் பிரிவுகள் கூட்டுமனத்தளத்தில் மையம் கொண்டிருந்து தனிமனங்களில் வழியாக இயங்குகின்றன. ஆனால் இது பற்றிய அறிவுணர்வு சிறிதும் இல்லாத காரணத்தால் பிரிவுகள் வெளியே இருப்பதாகப் பார்க்கப்படுகிறது.

பரிணாம வளர்ச்சிப் பாதையில் இப்போது புதியதொரு பிரக்ஞைத் தளம் மேலெழுவதற்கான தருணம் வந்துவிட்டது. அதிகாலைச் சூரியோதயத்துக்கு முன் கீழ்வானில் படரும் மெல்லிய வெளிச்சம்போல் இதன் அறிகுறிகள் மெல்ல வெளிப்படத் தொடங்கியுள்ளன. இந்தத் தளத்தின் அடிப்படை மனத்தைக் கடந்த 'அறிவுணர்வு' *(Awareness)*. மனம் இங்கே இரண்டாம்பட்சமாகத்தான் செயல்படுகிறது. அறிவுணர்வின் இயக்கம் மனத்தின் பிரிவுகளுக்கு அப்பாற்பட்டு இருப்பதால் மனத்தளத்தில் இயங்கும் பிரிவுகள் எதற்கும் இந்தத் தளத்தில் இடமில்லை. மனம் நினைவுப் பதிவுகள் சார்ந்து, இறந்த காலம் – நிகழ்காலம் – எதிர்காலம் என்று கால உணர்வை அடிப்படையாக கொண்டு இயங்குவது. அறிவுணர்வு 'இப்போது' என்னும் காலமற்ற கணத்தில் மையம் கொண்டிருக்கிறது.

மனிதப் பிரக்ஞையில் இந்தத் தளம் வெளிப்படத் தொடங்கி யுள்ளது. இந்தத் தளத்தின் சுயம் அறிவுணர்வுச் சுயம் *(Self-Awareness)*. தன்னைத் தான் உணரும் சுயம் இது. தன்னைத் தானாக உணரும் சுயம். இந்தப் புதிய தளம் பெருமளவுக்கு இளைய தலைமுறையினரின் நடவடிக்கைகளில் பிரதிபலிக்கத் தொடங்கியிருக்கிறது. அவர்கள் நாடு, மதம், ஜாதி, இனம், மொழி போன்ற பிரிவுகளைக் கணக்கில் எடுத்துக்கொள்ளாமல் செயல்படத் தொடங்கியிருக்கிறார்கள். இந்த மாற்றம் மேலும் பரந்து விரியும். இதன் தாக்கம் மனித வாழ்வின் அனைத்துத் தளங்களிலும் அடிப்படையான மாற்றத்தை ஏற்படுத்தும். சமூகக்

கட்டமைப்பு வேர்கொண்டிருக்கும் அடித்தளங்கள் இப்போது ஆட்டம் கண்டுள்ளன. இதுவரை தீண்டியிராத புதியதொரு ஆழத்தில் தன்னுணர்வு நுழைந்து வேர்கொள்ளப்போகும் முறைப்பாடு தொடங்கியிருக்கிறது. விலங்குகளிலிருந்து மனித இனம் தோன்றி வெளிப்பட்டதற்கு ஈடானதொரு மாற்றம் இப்போது பூமியின்மேல் வெளிப்படத் தொடங்கியுள்ளது.

இந்தத் தாக்கம் அனைத்துக்கும் மேலாக மனித உறவுகளில்தான் வெளிப்படையாகத் தெரியத் தொடங்கியிருக்கிறது. இதுவரை சமூக – கலாச்சாரச் சக்திகளுடைய ஆதிக்கத்தின் கீழ்தான் மனிதர்களிடையே இயங்கும் உறவு முறைப்படுத்தப்பட்டு வந்திருக்கிறது. இது உறவின் இயக்கத்தைத் தன் குறுகிய கட்டுப்பாடுகளுக்குள் முடக்கிவைத்திருக்கிறது. உறவுத் தளத்தில் சற்றும் சுதந்திரம் இல்லாமல், சமூகம் வலியுறுத்தும் நியதிகளின் கைதியாக மனிதர்கள் இயங்கவேண்டிய அவல நிலை இப்போது இருக்கிறது. குடும்பம் என்னும் சட்டகத்தின் வரையறைகளுக்குள், அதன் குறுகிய எல்லைகளுக்குள் மட்டுமே உறவு இயங்க முடிகிறது. ஆண்–பெண் உறவும் இந்தச் சட்டகத்தினுள் ‘திருமணம்’ என்னும் அமைப்பு விதித்திருக்கும் விதிகளின் கட்டுப்பாட்டுக்குள் இயங்க வேண்டிய நிர்ப்பந்தத்தினுள் கட்டுண்டு கிடக்கிறது. இதன் காரணத்தால், அதிஉன்னத நிலைக்கு வாயிலாக அமையவேண்டிய ஆண்–பெண் உறவு ஆழமற்று, சாரமற்று, உயிரோட்டமற்றுப் போயிருக்கிறது. பெருமளவுக்குத் திறந்த கட்டமைப்பு கொண்ட ‘நட்பு’ என்னும் உறவுத் தளம் கூட விதிகளுக்குட்பட்டே இயங்குகிறது; அதிலும் கட்டுப்பாடுகள் இருக்கின்றன.

இப்போது வளர்ந்துவரும் அறிவுணர்வின் விளைவாக இளைய தலைமுறையினர் இந்த எல்லா விஷயங்களைப் பற்றியும் கேள்விகள் கேட்கத் தொடங்கியிருக்கிறார்கள். குடும்பம், திருமணம் என்னும் அமைப்புகள் விவாதத்துக்கு உட்படுத்தப்படுகின்றன. அவற்றின் மீது காலங்காலமாக இருந்த நம்பிக்கை பலமிழந்து விட்டுப்போக ஆரம்பித்திருக்கிறது. ‘ஆயிரம் காலத்துப் பயிர்’ காய்ந்துபோகத் தொடங்கியுள்ளது. பெற்றோர்களின் மேலாதிக்கமும், சமூக அமைப்பு அவர்களுக்கு அளித்திருக்கும் சக்தியும் அவர்களின் கைகளை விட்டுப் போய்க்கொண்டிருக்கின்றன.

சுதந்திரம் ஒரு புறம், குழப்பம் மறுபுறம், என்று இளைய தலைமுறையினர் அல்லாடிக்கொண்டிருந்தாலும் மாற்றம் தேவை என்பதில் அவர்களுக்கு எந்தக் கருத்து வேறுபாடும் இல்லை. பல இளைஞர்களும் யுவதிகளும் புதிய பரிசோதனைகளை மேற்கொள்ளத் தொடங்கியுள்ளனர். சுதந்திரமும் தெளிவின்மையும்

ஊடாடும் வாழ்வெளியின் பின்னணியில் அதிகாலைச் சூரியன் உதிப்பதுபோல் புதிய விழிப்புணர்வு மேலெழத் தொடங்கியுள்ளது. எழுந்துகொண்டிருக்கும் மாபெரும் மாற்றத்தின் முதல் கட்டமாக ஆண்–பெண் உறவில் கட்டறுத்த விடுபடலைக் காண முடிகிறது.

இந்தப் பின்னணியில் 'காதல்' என்னும் விஷயம் புதிய முக்கியத்துவம் கொள்கிறது. இதுவரையில் இளையவர்களின் மனத்தில் அறியாமையின் விளைவாகவும் மனமுதிர்ச்சியின்மையின் வெளிப்பாடாகவும் காட்டப்பட்டு வந்திருக்கும் 'காதல்' என்பதன் அடிவேர்கள் என்ன என்ற முக்கியமான கேள்வியை இப்போது முன்னிறுத்த வேண்டிய கட்டம் வந்திருக்கிறது.

விலங்குகளிடம் காதல் இயல்பூக்கத் தளத்தில் இயக்கம் கொள்கிறது. பரிணாம வளர்ச்சியில் குரங்குகள் போன்ற உயர்விலங்குகளுக்கு *(Primates)* முன்னால் வரைக்கும் ஆண்தான் தன் இணையை ஈர்க்கும் பொருட்டுத் தன்னை விதம்விதமாகச் சிங்காரித்துக்கொள்கிறது. உதாரணம்: மயில், சேவல், சிங்கம். உயர்விலங்குகளிலிருந்து தொடங்கி மனித இனம் வரையில் பெண்ணினம் ஆண்துணையை ஈர்க்கும் நோக்கத்தில் உடலளவில் தன்னைச் சிங்காரித்துக்கொள்கிறது.

மனித இனம் தன் உயர்தளச் சுய உணர்வு காரணமாக இந்த உணர்வைக் 'காதல்' என்று பெயரிட்டு நிலைப்படுத்தி வைத்திருக்கிறது. சமூக கலாச்சாரத் தளங்கள் இந்த உணர்வை ஊக்குவிக்கும் பொருட்டு இந்த விஷயத்தில் பலவிதமான வரையறைகளை உருவாக்கி, அதன் காரணமாகவே இந்த விஷயத்திற்கான ஈர்ப்பை அதிகப்படுத்தி வைத்திருக்கிறது. திரைப்படம், ஜனரஞ்சக எழுத்து போன்ற ஊடகங்களில் காதலைப் போற்றுதற்குரியதாகக் காட்டுகிறது; தெய்விகமானது, புனிதமானது என்றெல்லாம் சொல்கிறது; காலத்தால் அழியாமல் ஜன்ம ஜன்மமாகத் தொடரும் பந்தமாக அதை முன்னிறுத்துகிறது.

ஆனால் தன் வீட்டில் தன் மகனோ மகளோ காதல் வயப்பட்டு விடுவார்களோ என்ற அச்சத்துடனே பெற்றோர் வாழும் அவலமும் கூடவே நடக்கிறது. அவ்வாறு காதல் ஏற்பட்டுவிட்டால் அதை எதிர்க்கவும் செய்கிறார்கள். இந்த நிலை ஓரளவு மாறிவருகிறது என்பதும் உண்மைதான். மகனோ மகளோ முன்புபோல் பெற்றோரின் இந்தக் கட்டுப்பாட்டுக்கு ஒப்புக்கொள்ளாத பட்சத்தில், அதிகாரத்தைப் பற்றிய அச்சமின்றித் தாமே தம் வாழ்க்கையை நிர்ணயித்துக்கொண்டு முடிவெடுத்துவிடுவார்கள் என்ற நிலை இருப்பதால் பெரும்பாலானோர் தம் மக்களின் விருப்பத்துக்கு ஆதரவாக நடக்கத் தொடங்கியிருக்கிறார்கள்.

சமூக அமைப்பு மனத்தளத்தில் இயங்குவது. நினைவுகள் சார்ந்தது. காதல் ஆழ்தளச் சுயத்தின் வெளிப்பாடு. உயிரின்

ஆழம் கொண்டது. அதனால் காதலின் வீச்சு சமூக அமைப்பைக் குலைத்துவிடும் வல்லமை வாய்ந்தது. இந்தக் காரணத்தால் சமூகம் காதலை மிகுந்த அச்சத்துடனே பார்க்கிறது. அதைத் தன்னால் கட்டுப்படுத்த முடியாது என்னும் உண்மையை அறிந்துகொண்ட சமூகம் காதலை நீர்த்துப்போகச் செய்யும் நோக்கத்துடன் திரைப்படம், கதைகள் போன்ற ஊடகங்களின் வழியாகக் காதல் பற்றிய பொய்யான பிம்பத்தை உருவாக்கி வைத்திருக்கிறது. அந்த உணர்வைத் திசைத் திருப்பிவிட முயல்கிறது.

திரைப்படம், நாவல் போன்றவை அகவளர்ச்சி இல்லாத இளம் மனங்களில் எழுப்பும் கிளர்ச்சி, காதல் இல்லை. அதேபோல் காதலர் காதலுக்காகத் தம் உயிரை விடும் ரோமியோ – ஜூலியட், லைலா – மஜ்னு, அம்பிகாபதி – அமராவதி போன்ற காவியக் காதலும் காதல் இல்லை. எப்போதாவது அபூர்வமாகச் சில இளம் மனங்களில் உதிக்கும் அந்த உன்னத உணர்வு, அகவளர்ச்சி சார்ந்த ஒரு முறைப்பாடு. புதியதொரு சுயத் தளம் அகவெளியில் உதித்தெழும் ஜாலம் அது.

இந்த முறைப்பாடு ஒழுங்கமைவுகொண்ட சில இயக்கவிதி களுக்கு உட்பட்டே இயங்குகிறது. முதலில் மேலெழுந்து, சில கணங்கள் மட்டுமே இருந்து மீண்டும் உள்ளே விழுந்துவிடுகிறது இந்த மாய உணர்வு. ஆனால் அது வந்து இருந்த கணத்தின் பதிவு மனத்தில் இருந்துகொண்டு அழைப்பு விடுக்கிறது. மனம் இந்தப் புதிய உணர்வுக்குக் 'காதல்' என்ற பெயர் வைத்துவிட முடியும். அவ்வாறு நேரும் பட்சத்தில், 'அவளால்தான், அல்லது அவனால்தான் நான் இம்மாதிரியான ஒரு சந்தோஷத்தை அனுபவித்தேன். எனக்கு அவள் வேண்டும்; அல்லது அவன் வேண்டும். அவன்/அவள் என்னுடன் இருந்தால் வாழ்க்கை முழுவதும் இன்பம் நிறைந்து இருக்கும். இல்லையேல் என் வாழ்க்கை அஸ்தமித்துவிடும்,' என்றெல்லாம் நினைத்துக்கொண்டு வாழ்க்கையை வீணடித்துக்கொள்ள முடியும்.

ஆனால் அவ்வாறில்லாமல், 'என் மனத்தில் எழுந்த அந்தப் பரவசம் புதிதாக இருக்கிறது. அது என்னவென்று எனக்குத் தெரியவில்லை,' என்ற அறிவுணர்வுடன் காத்திருந்தால் மீண்டும் அந்த அகநிலை தானாக மேலெழும் வாய்ப்பு இருக்கிறது. அந்தப் பெண்ணோ ஆண்மகனோ பிரக்ஞையில் அந்த அகநிலை எழுவதற்கு ஒரு தூண்டுதலாக இருந்திருப்பது உண்மையே என்றாலும் கூட, அந்தக் குறிப்பிட்ட நபர் அதற்குக் காரணி இல்லை என்று புரியும்போது காதல் தோல்வி என்பது வெறும் கட்டுக்கதை என்று விளங்கிவிடும். காதலில் வெற்றி கண்டவர்களின் வாழ்க்கை என்னவாக இருக்கிறது?

திருமணத்தில் முடிவதுதான் காதலின் வெற்றியா? அதாவது, காதல் வெற்றி, வாழ்க்கை தோல்வி, இல்லையா? உண்மையில் இந்த நாடகத்துக்கெல்லாம் எந்த அர்த்தமும் கிடையாது.

காதல் பற்றிய கட்டுக்கதைகள், மரணத்துக்கு அப்பாலும் காதல் தொடரும் என்பன போன்ற பொய்ப் புராணங்கள் இப்போது முடிவுக்கு வரத் தொடங்கியிருக்கின்றன. அறிவுணர்வு புதிய ஆழங்களில் பாயத் தொடங்கியிருப்பதால் இளைய தலைமுறையினர் பொய் மயக்கங்களை விட்டுப் புதிய திசைகளில் பயணிக்க ஆரம்பித்திருக்கிறார்கள்.

உண்மையில் நடப்பது என்னவென்றால், அதுவரையில் மகனாக அல்லது மகளாக, சகோதரனாக அல்லது சகோதரியாக இருந்துவந்தவர், தானே ஒரு தனிச்சுயமாக, தன்னளவிலே தானே தனியொரு நபராகத் தனக்குள்ளே பிறப்பெடுக்கும் முறைப்பாடு இது. சரியாகப் புரிந்துகொள்ளப்படும்போது சுயத்தின் ஆழங்களுக்குச் சென்று, முடிவில் சுயவுணர்வின் தோற்றுவாயைச் சென்றடையும் வல்லமை வாய்ந்தது இந்த முறைப்பாடு.

முன்னெச்சரிக்கை ஏதுமில்லாமல் இதுவரை தீண்டியிராத தொரு புதிய ஆழத்தினுள் நுழைகிறது தன்னுணர்வு. இதன் விளைவாக ஆழ்மனச் சக்தியின் வீச்சு நனவு மன அமைப்பை நிலைகுலையச் செய்யும் அதே கணத்தில், உடலிலும் மனத்திலும் புதிய உணர்வுகளும் உணர்ச்சிகளும் எழுந்து பரவுகின்றன. ஒரு கணம்தான். பிறகு மீண்டும் தன்னுணர்வு தன் பழைய கதியில் வந்து விழுந்துவிடுகிறது. ஒரு கண மின்னல் வெளிச்சத்தில் எல்லாவற்றையும் தெள்ளத் தெளிவாகப் பார்த்த காட்சிப் புலத்தில் மீண்டும் இருள் சூழ்ந்துகொள்கிறது.

இதுவரையில் அனுபவித்திராத பரவசம் ஒரு கணம் மனத்தையும் உடலையும் ஆட்கொண்டதுபோல் கூடவே இதுவரை கண்டிராத ஆழத்தில் துயரமும் வேதனையும் உடலையும் மனத்தையும் ஆட்கொள்கின்றன. வேதனையேயானாலும் அதன் வழியாக மனம் மீண்டும் அந்த ஆழங்களைத் தீண்டவே விழைகிறது. அறிவுணர்வு சற்றும் விழித்துக்கொள்ளாத மனங்கள் இந்த நிலையில் வெறும் இறந்தகால மனப்பதிவுகளில் தன்னை ஆட்படுத்திக் கொண்டு சுயவுணர்விலிருந்து பெரிதும் விலகிப் போய்விட முடியும். மின்னலென வந்து போன அந்த மாயப் பரவசத்தை மீண்டும் அடைந்துவிடத் துடிக்கும் மனம், அது கிட்டாதபோது, துன்பத்தில் ஆட்பட்டுத் தன்னை அழித்துக்கொண்டுவிடும் அளவுக்குப் போய்விடுவதும் உண்டு. ஆழமும் அர்த்தமும் அற்ற பழையதை மறுத்துப் புதியதை

அடைந்துவிட யத்தனிக்கையில் புதியது கிடைக்காமல் போய்விடுவதால், பழையதையும் துறந்துவிடத் துணியும் மனமுதிர்ச்சியற்ற நிலை இது. ஆனால் சமூக, கலச்சாரச் சக்திகள் இதைப் பெரிதுபடுத்திக் காதலுக்காக உயிர் துறந்த அமர காவியமென இதைக் கொண்டாடி, இளம் மனங்களை வழிதவறிப் போகச் செய்யும் அவலம் நடக்கிறது.

ஆனால் ஓரளவுக்காவது அறிவுணர்வின் விழிப்பு நிலைகொண்டிருக்கும் மனங்கள் இந்தப் புதிய வேதனையின் வழியாகப் புதிய ஆழங்களில் தன் சுயம் நுழைவதை உள்ளுணர்வில் உணர்ந்துகொள்கின்றன. இது வெறும் ஆண்–பெண் உறவின் கிளர்ச்சியும் அது சார்ந்த ஏமாற்றமும் இல்லை என்பதைத் தெரிந்துகொள்கின்றன. இது தன் அறிவின் எல்லைக்கு அப்பாற்பட்ட விஷயமென்பதை நுட்பமாக உணர்ந்து கொள்ளும் காரணத்தால் ஆழ்ந்த கவனத்துடன் அவை செயல்படுகின்றன. புதிய ஆழத்தில் படிப்படியாகத் தன்னுணர்வு வேர்கொண்டான பின்பு வேதனை மெல்ல வடிந்துபோகிறது.

அகவளர்ச்சியின் பாதையில் மிகவும் முக்கியத்துவம் வாய்ந்த இந்த உணர்வு, அதீத சக்தியும் வீச்சும் கொண்டது. சுயத்தின் மலர்தல் என்னும் முறைப்பாட்டில் இது முக்கியமானதொரு கட்டம். மனிதப் பிரக்ஞையில் ஆண்மை – பெண்மை என்னும் நிலைகள் ஒருங்கிணைந்து, அவற்றின் இருமை கடந்த நிலையை அடைவதற்கு இந்தக் கட்டம் மிகவும் இன்றியமையாதது. இந்த ஒருங்கிணைவு நடக்காமல் காலமும் மனமும் கடந்த உண்மை நிலையான தூய சுயப்பிரக்ஞையை அடைவது சாத்தியமில்லை.

இன்னொரு உயிருடன் ஏற்படும் ஊடாடலில் மட்டுமே, உறவு என்னும் அந்த நிலைக்கண்ணாடியில் மட்டுமே, தன் சுயத்தைத் 'தான்' என்ற அனுபவமாக ஒருவர் அடைய முடியும். 'நான்' என்பது பிரதிபலிப்புச் சுயம். நாம் இன்னொருவரின் பிரசன்னத்தில்தான் 'நான்' என்ற அடையாளத்தை அனுபவம் கொள்ள முடியும். ஒரு 'நீ'யின் முன்புதான் நான் 'நான்' என நிற்க முடியும். அந்த அர்த்தத்தில் 'எனக்கு' 'நீ' வேண்டும்! 'நீ' இல்லாமல் 'நான்' இல்லை என்னும் கூற்று உண்மைதான். எனக்குள் 'நீ' இருக்கிறாய். உனக்குள் 'நான்' இருக்கிறேன் என்பது வெறும் ஆழமும் பொருளுமற்ற பொய்யுணர்வுச் சொற்கள் அல்ல. ஆனால் அந்த 'நீ' ஒரு குறிப்பிட்ட நபரல்ல. அது உண்மையில் சுயத்தின் பிரதிபலிப்பு. உறவு என்பது பரஸ்பர வெளியில் இருவரும் எழுவது. காலத்தின் கட்டுப்பாட்டில் இயங்கும் மனவெளியில் காலாதீதமான சுயம் எழுவது. உயிருணர்வின் எழுச்சி அது.

உண்மையான சுயத்தை ஒருவர் அனுபவிக்க முடியாது. அது அனுபவ வெளியின் எல்லைக்கு அப்பால் விரிந்திருக்கிறது.

அதுவாக இருக்க முடியுமே தவிர அதை அனுபவம் கொள்ள முடியாது. தானல்லாத ஒன்றை மட்டுமே ஒருவர் அனுபவம் கொள்ள முடியும். தானாக இருக்கும் சுயமாக ஒருவர் இருக்க மட்டுமே முடியும். உண்மையான சுயத்தின் இருத்தலில் 'தான் –பிறர்' என்ற இருமை இல்லை; இன்னொருவர் இல்லை; உறவு என்பது இல்லை; உலகம் இல்லை. அது எல்லையற்ற விகாசம். பிரபஞ்சப் பெருவெளியின் பிரிவுகள் கடந்த அகநிலை. நம் சுயமும் பிரபஞ்சத்தின் சுயமும் ஒன்றுதான் என்னும் உண்மை இங்கே வெளிப்படுகிறது. எண்ணற்ற வட்டங்களின் ஒரே மையமாக நிலைத்திருக்கிறது சுயம். அதன் பல வாசல்களில் ஒன்று 'காதல் என்னும் பெயரில் உள்ளே எழும் புதுச்சுயவுணர்வு.

○

செப்டம்பர் 5, 2014, வெள்ளிக்கிழமை தொடங்கித் *தி இந்து தமிழ் திசை* நாளிதழின் வெள்ளிக்கிழமை வார இதழில் தொடர்ந்து 28 வாரங்கள் 16 முதல் 25 வயது வரையிலான இளைஞர்களும் யுவதிகளும் என்னிடம் மனநல ஆலோசகன் என்னும் முறையில் உறவுச் சிக்கல்கள் குறித்துக் கேள்விகள் கேட்டார்கள். அவற்றிற்கு நான் அளித்த பதில்களைத் தொகுத்து இந்த நூல் உருவாகி யுள்ளது. முதல் வாரத்தில் வெளியான 'மாறிவரும் உறவுத் தளங்கள்' என்னும் முன்னுரையையும் இதில் சேர்த்திருக்கிறேன்.

இந்த இளைய மனங்களின் கேள்விகள் என்னை ஆழமாகச் சிந்திக்கத் தூண்டின. இவற்றிற்குப் பதில் எழுதுவதற்கு நான் மிகவும் பொறுப்புடன் சிந்திக்க வேண்டியிருந்தது. எனக்கு மிகப்பெரும் சவாலாக அமைந்தன அவர்கள் எழுப்பிய விஷயங்கள். என் சிந்தனையைத் தூண்டிவிட்ட இளையவர்களுக்கு என் கோடானுகோடி நன்றிகள்.

இந்த வாய்ப்பை எனக்குத் தந்த திரு. அரவிந்தனுக்கு நன்றிகள் பல. இந்த நூலுக்காக அரவிந்தன் எழுதித் தந்துள்ள அருமையான அணிந்துரைக்கும் என் நன்றிகள். தொடர்ந்து என் முயற்சிகளை ஊக்குவித்துக்கொண்டிருக்கும் காலச்சுவடு கண்ணனுக்கும் என் நன்றி உரித்தாகிறது.

சென்னை, 90.   ஆனந்த்
10.02.2019

காதலின் புதிய தடம்
மாறிவரும் உறவுத் தளங்கள்

மாறிவரும் உறவுத்தளங்கள்

உறவின் இலக்கணம் இன்று அடிப்படை யிலேயே மாறிவருகிறது. அதன் வரையறைகள் மாற்றி எழுதப்பட்டுக்கொண்டிருக்கின்றன. இது சரி, இது தவறு என்று பல்லாண்டு காலமாக நடைமுறையில் இருந்துவந்திருக்கும் பட்டியல் இப்போது தூக்கியெறியப்பட்டிருக்கிறது. இதன் காரணமாக இளைய தலைமுறையினரிடையே பெரும் நிச்சயமின்மையும் குழப்பமும் நிலவிவருகிறது. ஒருபுறம் புதிதாகக் கிடைத்திருக்கும் சுதந்திரம், மற்றொரு புறம் அதைப் பயன்படுத்துவதில் உள்ள தெளிவின்மை, இதன் விளைவாக ஆழ்மனத்தில் எழும் அச்சம் எனும் இந்த நிலைகளில் இளம் மனங்கள் அலைபாய்ந்து தவிக்கின்றன.

மறுபுறத்தில் பெற்றோர் மனத்தில் இந்த நிலையின் விளைவாக எழுந்துள்ள அச்சம், கோபம், வருத்தம் என்று குழப்பத்தின் அனைத்து அம்சங ்களும் கூத்தாடுகின்றன. தம் மக்கள் கெட்டுக் குட்டிச் சுவராகப் போய்க்கொண்டிருக்கிறார்கள் என்ற கவலை ஒரு புறம்; மறுபுறம் இது சரிதானோ என்ற சந்தேகம். இன்று நடப்பதுதான் சரி என்றால், இதுவரை தாம் வாழ்ந்துவந்த வாழ்க்கை பொய்யென்று போய்விடும் நிலை அவர்கள் மனத்தை அலைக்கழிக்கிறது. இளம் மனங்களின் தெளிவின்மை காரணமாக இந்தப் புதிய சுதந்திரம் ஆபத்தில் கொண்டுபோய்விடக்கூடிய சாத்தியமும் பிரும்மாண்டமாக எழுந்து நிற்கிறது.

இந்த நிலை நல்லதா கெட்டதா என்ற சர்ச்சை ஒரு பக்கத்தில் நடந்துகொண்டிருக்க, இந்தச் சுதந்திரம் திறந்துவைத்துள்ள புதிய வெளியில் பரிசோதனைகள் நடந்துகொண்டிருப்பது தவிர்க்க முடியாத விஷயமாக இருக்கிறது. இந்தப் பரிசோதனையில் ஈடுபட்டிருக்கும் இளையவர்கள் அச்சத்துடனும் அதைவிட அதிகமாகக் குற்ற உணர்ச்சியுடனும் அரையிருளில் உலவிக் கொண்டிருக்கிறார்கள்.

அடிப்படை சமூக அமைப்பே ஆட்டம் கண்டுகொண்டிருக்கும் இந்தத் தருணத்தில் இளைய தலைமுறையினர் பழைய மதிப்பீடுகளைக் கேள்விக்குள்ளாக்கிவருகிறார்கள். புதிய மதிப்பீடுகளைச் சமைத்துக்கொண்டிருக்கிறார்கள். புதிய நியதிகளை உருவாக்கிக்கொண்டிருக்கிறார்கள்.

குடும்பம் என்னும் அமைப்பு மறுபரிசீலனைக்கு உட்படுத்தப் பட்டு வருகிறது. 'அன்னையும் பிதாவும் முன்னறி தெய்வம்' என்னும் ஔவையின் வாக்கின்படி, அவர்கள் தெய்வங்களாக நடக்கவில்லை என்னும் உண்மையின் வெளிச்சத்தில், பெற்றோரின் பாரம்பரியமான உரிமையும் ஆதிக்கமும் சவாலுக்குள்ளாகியிருக்கின்றன. ஔவைப் பாட்டி இந்த வாக்கியத்தைக் குழந்தைகளுக்காக எழுதவில்லை, பெற்றோர் எவ்வாறு நடந்துகொள்ள வேண்டும் என்பதற்கு வழிகாட்டுதலாக எழுதியிருக்கிறாள் என்ற கோணத்தில் இளையவர்கள் கேள்வி எழுப்பிவருகிறார்கள்.

தம் வாழ்க்கை பற்றிச் சிந்திப்பது பெற்றோரின் உரிமை, கடமை என்று காலங்காலமாக இருந்துவரும் வழக்கத்தை மாற்றித் தம் வாழ்க்கை பற்றித் தாமே சிந்தித்து முடிவெடுக்கும் உரிமையை இளையவர்கள் தம் கையில் எடுத்துக்கொண்டு விட்டிருக்கிறார்கள். பழைய நம்பிக்கைகள், பழைய பயங்கள், பழைய கலாச்சாரக் குறியீடுகள் இவை அனைத்தும் இன்றைக்கு எழுந்து பரவிவரும் புதிய வெளிச்சத்தில் வண்ணமிழந்து, ஒளியிழந்து வெளிறிப்போய் விட்டிருக்கின்றன.

வாழ்க்கை தொடர்பான முடிவுகள் எடுக்கப்படும்போது, முன்புபோல் பின்னோக்கிப் பார்த்துச் சம்பிரதாயமான நம்பிக்கைகளைக் கணக்கில் கொள்ளாமல், முன்னோக்கிப் பார்த்து, விரிவானதொரு கண்ணோட்டத்தின் பின்னணியில் முடிவெடுக்கும் முதிர்ச்சியை அவர்கள் தேடிக் கண்டுகொண்டிருக்கிறார்கள்.

மரியாதை என்பதும் தன் பழைய உருவத்தை விடுத்துப் புதிய வடிவங்களை மேற்கொள்ளத் தொடங்கியிருக்கிறது. என்னைச் சந்திக்கவரும் இளைய தலைமுறையினர் பலர், 63

வயது முடிந்த என்னை மிகவும் இயல்பாகப் பெயர் சொல்லி அழைக்கும் லாகவம் என்னை ஆச்சரியமும் சந்தோஷமும் கொள்ளவைக்கிறது. அதில் சற்றும் அவமரியாதை இல்லை. பொய்யான, சடங்கான மரியாதைக்குப் பதிலாக, வயது வித்தியாசத்தைக் கடந்த உண்மையான நட்புணர்வு அதில் நிறைந்திருப்பதை அனுபவபூர்வமாகக் கண்டு நான் மகிழ்ந்து கொண்டிருக்கிறேன்.

புதிய கோணங்களையும் புதிய உண்மைகளையும் அறிந்து கொள்ளும் ஆர்வம் ததும்ப, விரிந்த கண்களுடன் அவர்கள் கேள்வி கேட்பது பலமுறை என்னைப் புதிய கோணங்களில் சிந்திக்க வைத்திருக்கிறது.

இந்த இளைய தலைமுறையினர் நேர்மையுடன் என்னை அணுகும் விதத்தில் ஆட்பட்டு, என் இளமையை நான் மீட்டெடுத்துக் கொண்டிருக்கிறேன்.

இந்தக் கேள்விகளின் வழியாக மேலும் பல இளையவர்களுடன் என் கருத்துக்களைப் பரிமாறிக் கொள்ளும் வாய்ப்பைப் பெரும் பேறாக நான் கருதுகிறேன்.

சென்னை, 14.   **ஆனந்த்**
செப்டம்பர் 3, 2014.

வாரம் 1

தனிமையும் மனமும்

நாம் ஒவ்வொருவரும் தனியாகத்தான் இருக்கிறோம். அந்தத் தனிமையை நாம் புரிந்து கொள்ளாத வரையில் அது நம்மை அச்சுறுத்துகிறது. தனிமை மனத்தில் வெறுமையுணர்வை உண்டாக்குகிறது. மனம் இந்த நிலையை எதிர்கொள்ள முடியாமல், கையாள முடியாமல் தவிக்கிறது. யாராவது ஒருவரை வைத்து அந்த வெறுமையை நிரப்ப முயல்கிறோம். உறவு என்பது வெறுமையை நிரப்பும் சாதனமாகப் போய்விடுகிறது. அந்த ஒருவர் என்ன செய்துவிடுவாரோ, வேறெங்காவது சென்றுவிடுவாரோ, வேறு யாராவது அவரைத் தம் வலையில் இழுத்துக்கொண்டு விடுவார்களோ என்ற அச்சம் மனத்தை வாட்டுகிறது. மனம் அந்த நபரைப் பிடித்துக்கொண்டு தவிக்கிறது. தொடக்கத்தில் மகிழ்ச்சியைத் தந்த உறவு இப்போது வேதனை மிகுந்ததாக ஆகிவிடுகிறது. இந்த நிலைக்குக் காதல் என்ற பெயர் தந்து இன்னும் சிக்கலை அதிகமாக்கிக் கொள்கிறோம்.

மனத்துக்கு இன்னொரு பழக்கமும் உண்டு. என்ன இருக்கிறது என்பதை விட இல்லாதது என்ன என்பதே மனத்துக்கு முக்கியமாக இருக்கிறது. இருப்பதைக் கொண்டாடி மகிழ்வதை விட இல்லாததை நினைத்து நினைத்து ஏங்கி ஏங்கித் தவிப்பது மனத்துக்குப் பிடித்தமானதாக இருக்கிறது. உள்ளதை உள்ளபடி பார்ப்பது அறிவுணர்வின் தன்மை. இல்லாததை நினைவிலிருந்து கொண்டு

வருவது மனத்தின் தன்மை. அறிவுணர்வு அமைதியை அளிக்கிறது. மனம் வேதனையைத் தருகிறது. இல்லாததை நினைவில் கொண்டுவந்து மனம் ஏங்குவதைக் காதல் என்று தவறாக நினைத்துக்கொண்டு வேதனைப்படுகிறோம்.

○

* நான் எம்.ஏ. இரண்டாம் ஆண்டு படிக்கும் மாணவி. என் அப்பா இறந்து ஒன்பது ஆண்டுகள் ஆகிறது. அம்மாவிற்கு உடல்நலம் சரியில்லை. எனக்கு ஒரு அண்ணன். அவர் திருமணத்திற்கு பிறகு என்னையும் அம்மாவையும் அடியோடு மறந்துவிட்டார். அம்மாவிற்கு அடிக்கடி உடல்நிலை சரியில்லாமல் போகும் காரணத்தால் அக்கம்பக்கத்திலும் யாரும் உதவிக்கு வருவதில்லை. நான் பி.ஏ. பி.எட் முடித்திருக்கிறேன். அதற்குப் பிறகு, உடனடியாக மேற்படிப்பு படிக்க முடியவில்லை. நான்கு ஆண்டுகள் இடைவெளிவிட்டு இப்போது படித்துக்கொண்டிருக்கிறேன். எனக்கு அன்பு காட்டவோ, அக்கறை செலுத்தவோ யாரும் இல்லை. இந்த எண்ணத்தாலே படிப்பில் சுத்தமாகக் கவனம் செலுத்தமுடியவில்லை. என் வீட்டில் அன்பு காட்ட யாரும் இல்லாததால், கல்லூரித் தோழிகளிடம் நான் மிகுந்த அன்புடன் பழகுவேன். ஆனால், அவர்களால் என் அன்பைப் புரிந்துகொள்ள முடியவில்லை. என் அன்பை உதாசீனப்படுத்துகிறார்கள். அதனால் மிகுந்த மனக்குழப்பத்தில் இருக்கிறேன். இப்போதைக்குப் படிப்பில் மட்டுமே கவனம் செலுத்த விரும்புகிறேன். ஆனால் அதைச் செய்யமுடியாமல் மிகுந்த சிரமத்திற்கு உள்ளாகிறேன். உங்கள் ஆலோசனையை எதிர்பார்க்கிறேன்.

* தோழிகளிடம் அன்புடன் பழகுகிறேன் என்று நீங்கள் சொல்வது என்னவென்று எனக்குத் தெரியவில்லை. அவர்கள் உங்கள் அன்பை உதாசீனப்படுத்துகிறார்கள் என்று நீங்கள் சொல்லும்போது நீங்கள் அன்பு காட்டுவது என்பதை அவர்களிடமிருந்து நீங்கள் அன்பைப் பெறுவதற்கான வழியாகப் பயன்படுத்துகிறீர்களோ என்று தோன்றுகிறது. நீங்கள் எதிர்பார்ப்பது அன்பு அல்ல. அங்கீகாரம். நீங்கள் வேதனை அடைவதற்குக் காரணம், நீங்களே உங்களை இன்னும் முழுமையாக அங்கீகரிக்காததுதான் என்று படுகிறது. அப்பா இறந்துவிட்டார். அம்மா நோய்வாய்ப்பட்டிருக்கிறார். அண்ணன் கவனிக்காமல் போய்விட்டார். தோழிகள் உதாசீனப்படுத்துகிறார்கள். உங்களிடம் நீங்கள் மகிழ்ச்சி கொள்ளும்படியான விஷயம் எதுவுமே இல்லையா? அப்படி

இருக்கச் சாத்தியம் இல்லை. உங்களிடமும் உங்கள் வாழ்விலும் நீங்கள் கொண்டாடும்படியான விஷயங்கள் சிலவாவது இருக்கத்தான் செய்யும். அவற்றைக் கண்டுபிடியுங்கள். கொண்டாடத் தொடங்குங்கள். மற்றவர்களிடத்திலிருந்து நீங்கள் எதிர்பார்க்கும் அங்கீகாரத்தை முதலில் நீங்கள் உங்களுக்கு அளிக்கத் தொடங்குங்கள். உங்கள் வாழ்க்கை திசைமாறுவதை நீங்களே பார்ப்பீர்கள். உங்கள் கவனம் உங்கள் மீது திரும்பும்போது உங்கள் படிப்பிலும் கவனம் ஏற்படும். நல்ல மதிப்பெண்களுடன் தேர்ச்சி பெறுவீர்கள்.

○

✤ கல்லூரி முடித்த சில மாதங்களுக்கு பிறகு, நான் வேலையில் சேர்ந்த முதல் நாள் அவரைக் கண்டேன். கண்டதும் காதலில் விழுந்தேன். அவரைப் பார்த்த பொழுது நான் உணர்ந்தது காதல்தான் என்று எனக்கு உறுதியாகத் தோன்றியது. அடுத்த நாள் நேரடியாக அவரிடம் சென்று என் மன உணர்வை வெளிப்படுத்தினேன். அவர் சிரித்துக்கொண்டே என்னை தாண்டிச் சென்றார். நாங்கள் இருவரும் ஒரே குழுவில்தான் வேலை செய்து வந்தோம். காலப்போக்கில் என்னிடம் நெருங்கிப் பழக ஆரம்பித்தார். "எனக்கு உன்னைப் பிடித்திருக்கிறது. ஆனால் காதல் இன்னும் வரவில்லை. இதற்கு முன்பே எனக்கு ஒரு காதலி இருந்தாள். ஆனால் ஒரு விபத்தில் அவள் இறந்துவிட்டாள். அந்த சம்பவத்திற்குப் பிறகு என் அம்மா காட்டும் பெண்ணைத்தான் கல்யாணம் செய்வது என முடிவெடுத்துவிட்டேன்," என்றார். நானும் என்றாவது ஒரு நாள் என் மீது அவருக்குக் காதல் வரும் என்ற நம்பிக்கையில் என் காதலை வளர்த்து வந்தேன். அவர் எங்கு சென்றாலும் தினமும் இரவில் தொலைபேசியில் நேரம் போவது தெரியாமல் என்னிடம் பேசுவார். உன்னைப் போல் ஒரு பெண் கிடைக்க எந்த ஆணும் கொடுத்துவைத்திருக்க வேண்டும் என்பார். ஆனால் சமீபத்தில் அவர் சொந்த ஊருக்குச் சென்றுவிட்டு திரும்பிய போது, "அம்மா எனக்கு திருமணம் நிச்சயம் செய்துவிட்டார்கள். எனக்கு யாரோ ஒரு பெண்ணோடு திருமணம் நிகழ்ந்தாலும் நம் உறவில் எந்த மாற்றமும் இருக்காது," என்றார். என்னால் தாங்கிக் கொள்ள முடியவில்லை. அடுத்த மாதம் அவருக்கு யாரோ ஒரு பெண்ணோடு திருமணம். ஆனால் இப்பொழுதும் நாங்கள் முன்பு இருந்ததைப் போலவே தொடர்ந்து பேசிக் கொண்டிருக்கிறோம். என்னால் அவரை விட்டு விலக முடியவில்லை. என்ன செய்வது?

● நீங்கள் உங்களைக் கொஞ்சமாவது மதிக்கிறீர்களா என்று எனக்குச் சந்தேகமாக இருக்கிறது. உங்களுக்குள் நீங்கள் இருக்கிறீர்களா இல்லையா என்றே எனக்குத் தெரியவில்லை. உங்களை நீங்கள் யாராகப் பார்க்கிறீர்கள்? மற்றவர்களை என்னவாகப் பார்க்கிறீர்கள்? குறிப்பாக அந்த மனிதரை? அவர் உங்களை என்னவாகப் பார்க்கிறார் என்பது பற்றி எப்போதேனும் சிந்தித்திருக்கிறீர்களா? அவர் மனத்தில் உங்களிடையே உள்ள உறவில் சிறிதும் அர்ப்பணிப்பு (commitment) இல்லை என்ற உண்மை உங்களுக்குத் தெரியவேயில்லையா?

இந்தக் கேள்விகள் எதுவும் உங்களுக்கு முக்கியமாகப் படவில்லை என்றுதான் தோன்றுகிறது. ஆனால் இந்தக் கேள்விகளை நீங்கள் ஆழமான தீவிரத்துடன் கேட்டுக்கொள்ளாத வரை உங்கள் வாழ்வில் எந்தவிதமான அர்த்தமும் இருக்க வாய்ப்பில்லை. சற்றுக் கவனம் செலுத்தி உங்களைப் பார்த்துக்கொள்ளுங்கள். கொஞ்ச நாட்களுக்கு அவரிடம் பேசுவதைத் தவிர்த்துவிடுங்கள். எந்த விதத்திலும் இந்த உறவு உங்களை மேன்மைப்படுத்தவில்லை என்பதைப் புரிந்துகொள்ளுங்கள். உளவியல் ஆலோசகர் ஒருவரை நீங்கள் சந்திப்பது அவசியம். உங்கள் மதிப்பை நீங்கள் உணர்ந்துகொள்வதற்கும் உங்களை ஒரு பொருட்டாக நீங்கள் கணக்கில் எடுத்துக்கொள்வதற்கும் அந்தச் சந்திப்பு வழிவகுக்கும்.

வாரம் 2

நட்பு, காதல், மணவாழ்க்கை

நட்பு, காதல், மணவாழ்க்கை மூன்றுக்கும் உறவுதான் அடிப்படை. இந்த மூன்றின் இலக்கணங்கள் வெவ்வேறாக இருக்கின்றன. நட்பு திறந்த அமைப்புக் கொண்டதாக இருக்கிறது. அதில் விசாலமான இடம் இருக்கிறது. விட்டுக்கொடுத்தலும் வளைந்துகொடுத்தலும் இருக்கின்றன. பரஸ்பரம் மரியாதையும் மதிப்பும் இருக்கின்றன. மற்றவரின் தனித்துவம் அங்கீகரிக்கப்படுகிறது. உறவு இயக்கபூர்வமானதாக ஓட்டம் கொள்கிறது.

காதலில் நெருக்கம் அதிகமாக இருக்கிறது. ஆழம் அதிகமாக இருக்கிறது. வீச்சு அதிகமாக இருக்கிறது. ஆனால் அந்த அளவுக்குப் பரஸ்பர மரியாதையும் மதித்தலும் குறைகின்றன. தனித்துவம் குறித்த அங்கீகாரம் மறுக்கப்படுகிறது. சொந்தம் கொண்டாடுதல் அதிகரிக்கிறது. நெருக்கம் அதிகமானால் இவையிரண்டும் ஏன் குறைய வேண்டும்?

மணவாழ்க்கையில் நெருக்கம் இன்னும் கூட அதிகரிக்கிறது. உறவின் இடம் இன்னும் குறைகிறது. தனித்துவத்துக்கு ஏறக்குறைய இடமே இல்லாமல் போகிறது. கணவனும் மனைவியும் ஒருவருக்கொருவர் சொந்தமான பொருளாகப் போகின்றனர். விதிகள் பெருமளவுக்கு உறவை ஆள்கின்றன. இது செய்யலாம்; இது செய்யக் கூடாது. அதற்கு அனுமதி உண்டு; இதற்குக் கிடையாது.

பயத்தின் அளவும் மாறுபடுகிறது. நட்பில் பயத்தின் பங்கு மிகக்குறைவு. காதலில் அது அதிகரிக்கிறது. மணவாழ்க்கையில் பயம்தான் உறவின் அடிப்படையாக இருக்கிறது. பயம் இருக்கும் அளவுக்கு உறவில் உண்மையான நெருக்கம் இல்லாமல் போகிறது. அந்த அளவுக்கு வாழ்க்கையின் ஓட்டத்திலிருந்து இருவரும் விலகிப் போய்விடுகிறார்கள்.

ஏன் காதல் உறவின் வெளியைக் குறுக்க வேண்டும்? மண உறவு ஏன் பயத்தை அதிகரிக்கச் செய்ய வேண்டும்? நட்பு இப்படித்தான் இருக்கவேண்டும் என்ற வரையறைகள் மிகவும் குறைவு. ஆனால் காதல், மண உறவு இரண்டிலும் வரையறைகள் அதிகம். அதனால் தனித்துவம் வாய்ந்த ஒரு ஆணும் பெண்ணும் காதலன் – காதலி, கணவன் – மனைவி என்ற சட்டகத்தில் மாட்டிக்கொண்டு தனித்துவம் இழந்து போகின்றனர். காதல், தாம்பத்தியம் பற்றிப் பல நூற்றாண்டுகளாக மாபெரும் பிம்பம் உருவாக்கப்பட்டிருக்கிறது. அது புனிதமானது என்ற மதிப்பீடு வேறு சேர்ந்துகொண்டு பெரும் பொய்யை உருவாக்கி வைத்திருக்கிறது. அகவளர்ச்சியின்ஓட்டத்தில் இயல்பாக நிகழும் தற்காலிகமான முறைப்பாடு அது என்னும் உண்மை மறைக்கப்பட்டுவிடுகிறது. அதனால் இது பற்றிய மறு பரிசீலனை மிகவும் அவசியமான ஒன்றாகப் போய்விட்டிருக்கிறது.

❍

* என் திறமைகளை, துணிச்சலை மதிப்பவர் என் காதலன். என்னை எந்த விதத்திலும் கட்டுப்படுத்தாதவர். நாங்கள் நண்பர்களாகப் பழகத் தொடங்கி, பின்பு அது தானாகவே காதலாக மலர்ந்தது. இருவரும் வெவ்வேறு அலுவலகத்தில் வேலை பார்த்து வருகிறோம். அவருடைய வேலை சவால்கள் நிறைந்தது என்பதால் எப்பொழுதும் பிஸியாக இருப்பார். மாதம் ஒரு முறைதான் எங்களால் சந்திக்க முடியும். நான் பல நாட்கள் சந்திக்க முடியவில்லையே எனத் துவண்டு போனால், “இப்படி நீ என் மீது டிபெண்டண்ட் ஆகக்கூடாது. அடிக்கடி பார்த்தால், பேசினால், கூடவே இருந்தால்தான் காதலா?” என்பார். நான் அவரிடமிருந்து அதிக அரவணைப்பு எதிர்ப்பார்ப்பேன். ஆனால் அவரோ “பெண்கள் சுதந்திரமாக இருக்கப் பழக வேண்டும். அன்பை எதிர்பார்ப்பதுகூட ஒருவிதத்தில் அடிமைத்தனம்தான்,” என்பார். நாங்கள் சந்தித்துப் பேசும் நேரங்களில்கூட என் மேல் அவர் கொண்ட காதலை வெளிப்படுத்தமாட்டார். இதனாலேயே சமீபத்தில் எங்களுக்குள் விரிசல் ஏற்படத் தொடங்கியிருக்கிறது. “நீ இல்லாமல் நான் இல்லை.

நான் இல்லாமல் நீ இல்லை." என்று உயிரோடு உயிராக இருப்பதுதானே காதல்? "நீ உன் வேலையை பார். நான் என் வேலையை பார்க்கிறேன். ஆனால் நாம் இருவரும் காதலர்கள்தான்." என்று சொல்லுவதை எப்படிக் காதலாக ஏற்றுக்கொள்வது?

- அவர் எப்போதாவது 'நான் உன்னைக் காதலிக்கிறேன்,' என்று வாய் திறந்து சொல்லியிருக்கிறாரா? அவர் பார்வையில் உங்கள் இருவருக்கும் இடையே உள்ள உறவு காதல்தானா என்பதை முதலில் தெரிந்துகொள்ளுங்கள். சுயச்சார்பு நல்லதுதான். ஆனால் தன் மீது நீங்கள் சார்ந்தே இருக்கக் கூடாது என்று அவர் சொல்வதுபோல் தெரிகிறது. அப்படியென்றால் உங்களுக்கிடையே உள்ள உறவின் அடிப்படை என்ன என்ற கேள்வி எழுகிறது. அவரிடம் உறவில் அர்ப்பணிப்பு *(commitment)* குறித்த அச்சம் இருக்கலாமோ என்று படுகிறது. உறவின் அடிப்படையே அந்த அர்ப்பணிப்புதான். இருவரும் தன் மீதும், மற்றவர் மீதும், உறவின் மீதும் இந்த அர்ப்பணிப்புடன் இருப்பதுதான் ஆரோக்கியமான உறவின் அடையாளம். 'அன்பை எதிர்பார்ப்பதுகூட ஒரு விதத்தில் அடிமைத்தனம்தான்,' என்று அவர் சொல்கிறார். உங்கள் அன்பு அவருக்குத் தேவையில்லையா, அதை அவர் சற்றும் எதிர்பார்க்கவில்லையா, என்று அவரிடம் நேரடியாகக் கேளுங்கள்.

❍

- நான் ஒரு கல்லூரி மாணவி. என்னுடைய பெஸ்ட் ஃபிரண்டை நீண்ட நாட்களாகக் காதலித்து வந்தேன். சமீபத்தில் அதை அவரிடம் தெரிவித்துவிட்டேன். ஆனால், அவரோ அவருடைய பழைய காதலியை இன்னும் மறக்கமுடியவில்லை என்று சொல்கிறார். நான் அவருடைய காதலுக்காகக் காத்திருக்கலாமா? உங்கள் ஆலோசனையை எதிர்பார்க்கிறேன்.

- வெளியில் உள்ள எதற்காகவும் நீங்கள் காத்திருக்க வேண்டாம். அவருடைய காதலுக்காக நீங்கள் காத்திருக்க வேண்டிய தில்லை. உங்கள் காதலை ஏற்றுக்கொள்ளத் தகுதியான ஒருவருக்காக நீங்கள் காத்திருக்கலாம். வாழ்க்கையின் இயக்கம் பல தளங்கள் கொண்டது. நாம் மனத்தில் உருவாக்கிக் கொள்ளும் பிம்பங்கள் நம் வாழ்க்கை அனுபவங்களைப் பெருமளவுக்கு நிர்ணயிக்கின்றன. காதல் என்னும் உணர்வு மிகவும் ஆழமும் சக்தியும் வாய்ந்தது. அதை அனுபவியுங்கள்.

காதலரை விடக் காதல் உணர்வு இன்னும் முக்கியமானது. உங்கள் உயிரின் ஆழத்தை நீங்கள் தீண்ட அது உதவ முடியும். உங்கள் உணர்ச்சிகள் மீதும் தன்னுணர்வின் மீதும் மரியாதை வையுங்கள். உங்கள் உறவு ஒரு தனிநபருடன் இல்லை. முழு வாழ்க்கையுடனானது அது. அதைப் புரிந்துகொண்டு வாழ முயலுங்கள். அப்போதுதான் நீங்கள் உங்கள் வாழ்க்கையை வாழ்வதாக இருக்கும்.

வாரம் 3

நம்மை நாம் காதலிப்பது

தன்னைக் காதலிக்கத் தெரியாத மக்கள் வாழும் உலகம் இது. நாமும் நம் பெற்றோரும் அப்படித்தான். அதற்குக் காரணம் நம் பெற்றோரும் சிறு வயதில் காதலிக்கப்படவில்லை, அன்பு செலுத்தப்பட வில்லை என்பதுதான். அவர்களின் பெற்றோரும், அவர்கள் பெற்றோரின் பெற்றோரும் கூட.

நாம் நம்மைக் காதலிக்கவில்லை என்னும் காரணத்தால் நம்மை மற்றவர்கள் காதலிப்பது மிகவும் முக்கியமாகப் போய்விடுகிறது. நம் மனம் சமூகத்தால் கட்டமைக்கப்படுகிறது. இது சரி, இது தவறு, இது நல்லது, இது கெட்டது என்றெல்லாம் நாம் பிறந்ததிலிருந்தே நமக்குச் சொல்லிக் கொடுக்கப்படுகிறது. சமூக – கலாச்சாரம் என்பது ஒரு முறைப்பாடு. இது நம் மனத்தின் வழியாகச் செயல்படுகிறது. சமூகம் வெளியில் இல்லை. நமக்குள்ளே நம் மனமாகச் செயல்படுகிறது அது. நம் பெற்றோருடைய மனங்களின் வழியாக நம் மனங்களைத் தன் ஆதிக்கத்திற்குள் அது கொண்டு வருகிறது. சமூக – கலாச்சாரச் சக்திகளைப் பொறுத்த வரை அன்பு, சந்தோஷம், தனித்துவம், மனத் தெளிவு, இவையெல்லாம் முக்கியமே இல்லை. தலைமுறை தலைமுறையாகத் தன் தொடர்ச்சி இருக்கவேண்டும் என்பதுதான் அதற்கு முக்கியம். ஆனால் இது நாம் அறிவுணர்வு அடையாத வரைக்கும்தான் சாத்தியம். நாம் சுயமாகச் சிந்திக்கத் தொடங்கும் வரைக்கும்தான் இது நடக்கும். நாம் வாழ்க்கை பற்றிச் சிந்திப்பதை மற்றவர்களிடம்

ஒப்படைத்திருக்கும் வரைக்கும் இந்த அவலநிலை தொடர்ந்து நடந்துகொண்டு இருப்பதைத் தவிர்க்க முடியாது.

நாம் நம்மைக் காதலிக்கக் கற்றுக்கொள்ள வேண்டும். யாரிடமிருந்து? நம்மிடமிருந்துதான். 'அது சுயநலமில்லையா?' என்ற கேள்வி பெரிதாகக் காதில் விழுகிறது. எது சுயநலம்? புறவுலகில் பொருட்களையும் சந்தர்ப்பங்களையும் பிறருக்கு விட்டுக்கொடுக்காமல் நான் மட்டுமே அனுபவிக்க வேண்டும் என்று நான் நினைத்தால் அது சுயநலம்தான். நான் என்னைச் சந்தோஷமாக வைத்துக்கொள்ள வேண்டும் என்பது சுயநலமா? அப்படி வைத்துக்கொள்ளாவிட்டால் சந்தோஷமற்ற ஒரு நபரை நான் உலகில் நடமாட விடுகிறேன். நான் போகுமிடமெல்லாம் என் துயரத்தைப் பரப்பிக் கொண்டே போகிறேன். இது சரியா? அல்லது, என்னை நான் சந்தோஷமாக வைத்துக்கொண்டு, போகும் இடமெல்லாம் சந்தோஷத்தையும் புன்னகையையும் பரப்பிக்கொண்டு போவது சரியா? நம்மீது நாம் அன்பு செலுத்தினால்தான் பிறர் நம்மீது உண்மையில் அன்பு செலுத்துகிறார்களா இல்லையா என்பதே புரியும்.

நம்மை நாம் காதலிப்பதற்காகவே காதல் படைக்கப்பட்டிருக்கிறது. நாம் (மற்ற எல்லோரையும் போலவே) நம்மைக் காதலிக்கத் தவறும்போது, அந்தக் காதல் மற்றவர்மேல் பாய்கிறது. ஆனால் காதலாக அல்ல. பேரிருளில், பெருங்கடற்சுழலில் சிக்கித் தவிக்கும்போது கையில் கிடைக்கும் கட்டையைப் பற்றிக்கொள்வதைப்போல் நாம் மற்றவரைப் பற்றிக்கொள்கிறோம். அந்த மற்றவர் தம்மைக் காதலிக்கத் தெரிந்துகொண்டவராக இருந்தால் பிழைத்தோம். அல்லவெனில் அவரும் நம்மை அவ்வாறே பற்றிக்கொள்ள, அங்கே தொடங்குகிறது சிக்கல்.

நாம் நம்மைக் காதலிக்கத் தொடங்கும்போது அந்தக் காதல் பிறர்மீது வெளிச்சம்போல் படரக்கூடும். ஆனால் அது யாருக்கும் சொந்தமல்ல. அந்த வெளிச்சத்தில் இரண்டு பேர் அமர்ந்து பேசலாம். பாடலாம். நடனமாடலாம். அணைத்துக்கொள்ளலாம்.

நம் அறிவுணர்வு பெருமளவுக்கு அதிகரித்திருக்கிறது. அதைப் பயன்படுத்திக்கொண்டு நாம் சிந்திக்கக் கற்றுக்கொள்ள வேண்டும். நம்மைக் காதலிக்க நாம் கற்றுக்கொள்ள வேண்டும்.

○

✱ நான் ஒரு பெண்ணை மனதாரக் காதலிக்கிறேன். எனக்குத் தாழ்வு மனப்பான்மை நிறையவே அதிகம். அதனால் அவளிடம் என் காதலைச் சொல்லத் தயங்குகிறேன். அதுமட்டுமில்லாமல் என் காதலை அவள் நிராகரித்து

விடுவாளோ என்று எனக்குள் பயமாக இருக்கிறது. இதுவே எனக்கு மன உளைச்சலையும் அதிகரிக்கிறது. நான் என்ன செய்வது என்று தெரியாமல் மன உளைச்சலோடு தவிக்கிறேன். தங்கள் ஆலோசனையை எதிர்பார்க்கிறேன்.

* உங்கள் நிலை புதிதல்ல. பலருடைய நிலையும் இதுதான். ஒரு விஷயத்தைப் புரிந்துகொள்ளுங்கள். நீங்கள் இப்போதே துன்பத்தில்தான் இருக்கிறீர்கள். நேரடியாகச் சென்று உங்கள் காதலை அந்தப் பெண்ணிடம் சொல்லுங்கள். அதற்கு உங்களுக்கு உரிமை இருக்கிறது. அவள் உங்களைக் காதலிக்க வேண்டும் என்று கட்டுப்படுத்தும் உரிமைதான் உங்களுக்கு இல்லை. உண்மையைத் தெரிந்துகொள்வது முக்கியம். அவள் உங்கள் காதலை ஏற்றுக்கொள்ளவில்லை என்னும் பட்சத்தில் கூட உங்கள் துன்பம் உங்கள் அகவளர்ச்சிக்கு உதவி செய்யும். உங்களுக்குள்ளேயே நொந்துகொண்டு இருப்பதைவிட இரண்டில் ஒன்று தெரிந்துகொள்ளுங்கள். உங்கள் வாழ்க்கைப் பயணத்தின் அடுத்த கட்டத்தில் தைரியமாக அடியெடுத்து வையுங்கள். அந்தப் பெண்ணை விட நீங்கள்தான் உங்கள் வாழ்க்கையில் அதிமுக்கியமான நபர் என்பதை மறந்துவிடாதீர்கள். உங்கள் வாழ்க்கையின் ஒவ்வொரு கணத்திலும் உங்களுடன் இருக்கப்போவது நீங்கள் மட்டும்தான்.

○

* எனக்கு இப்போது நடக்கும் சம்பவங்கள் ஏற்கனவே எனது கனவில் நடந்தவை போல் உள்ளன. இது எனது கற்பனையா அல்லது மனநோயா? இதனால் பாதிப்பு ஏதாவது உண்டா?

* நீங்கள் என்ன சொல்கிறீர்கள் என்பது தெளிவாக இல்லை. சில கணங்களில் நமக்கு நிகழும் ஒரு அனுபவம் அதேபோல் ஏற்கனவே நடந்திருப்பதாகத் தோன்றும். இதற்கு தேஜா வூ (Déjà vu) என்று பெயர். இதற்குக் காரணம் என்ன என்பது இன்னும் தெரியவில்லை. ஆனால் இது ஒரு மன நோயல்ல. எல்லோருக்கும் நடப்பதுதான். ஆனால் நீங்கள் சொல்வது இதுதானா என்பது தெரியவில்லை. எதற்கும் நீங்கள் ஒரு மன நல ஆலோசகரிடம் சென்று விவரமாகப் பேசுங்கள். தெளிவு கிடைக்கும்.

வாரம் 4

உறவு என்னும் நிறப்பிரிகை

இது வரை வந்த கேள்விகளை வைத்துக்கொண்டு பார்க்கும்போது உறவு என்பது காதல், காதல் முறிவு, பிரிவு, இவை தொடர்பான வேதனை, இவை மட்டுமே என்பதாகத் தெரிகிறது. ஏன், பெற்றோருடன் உள்ளது உறவில்லையா? நண்பர்களுடன், சகோதர, சகோதரிகளுடன் உள்ளது உறவு இல்லையா? அவற்றில் சிக்கல்கள் ஏதும் இல்லையா? ஏன் இந்தக் காதலை மட்டும் ஒரேயடியாகத் தூக்கி வைத்திருக்கிறோம்? இவ்வளவு ஆண்டுகாலமாக ஒருபுறம் திரைப்படங்களிலும் கதைகளிலும் அதைக் கொண்டாடிவிட்டு, மறுபுறம் அதை ஏதோ பெரும் பாவமாகப் பார்த்து வந்ததன் எதிர்விளைவா? கட்டிவைக்கப்பட்டிருந்த சுதந்திரம் இப்போது தளர்த்தப்பட்டிருப்பதால் கட்டறுத்துக்கொண்டு ஓடும் எதிர்வினையா? உறவு என்னும் நிறப்பிரிகையின் மற்ற வண்ணங்களும் முக்கியம்தானே என்று படுகிறது. அவை பற்றியும் கேள்விகள் வரலாம் என்று நினைக்கிறேன்.

மனித உறவு பற்றியும், அதன் ஆழம் பற்றியும், அது தொடர்பான மனச்சிக்கல்கள் பற்றியும் தெரிந்துகொள்வது இந்தத் தலைமுறையினருக்கு அவ்வளவு முக்கியமாகப் படவில்லையோ என்றுதான் தோன்றுகிறது. ஆனால் அதுபற்றிய தெளிவு அடையும் வரைக்கும் சிக்கல்களும் வலியும் வேதனையும் தொடர்ந்துகொண்டு இருப்பது தவிர்க்க முடியாதது.

○

* நான் 2009-லிருந்து ஒரு பையனைக் காதலிக்கிறேன். இந்த ஆண்டு ஆகஸ்ட் வரை எங்கள் காதலில் எந்தப் பிரச்னையையும் இல்லை. நடுவில் ஒருமுறை எங்களுக்குள் ஒரு சண்டை வந்தது. அதற்குப் பிறகு அது சரியாகிவிட்டது. ஆனால், இப்போது அவன் பிரிந்துவிடலாம் என்று சொல்கிறான். அவனுக்கு இப்போது ஒரு புது கேர்ள் ஃபிரண்டு இருக்கிறாள். நான் அந்தப் பெண்ணிடமும் என் காதலனை விட்டுவிலகிவிடும்படி சொல்லிப் பார்த்தேன். திடீரென்று அவன் பிரிந்து விடலாம் என்று சொல்வதை என்னால் ஏற்றுக்கொள்ள முடியவில்லை. நாங்கள் காதலிக்கும்போது அவன்தான் என்னை அதிகமாக காதலித்தான். என்னால் அவனை மறக்க முடியவில்லை. அவன் திரும்பி வருவதற்கு நான் என்ன செய்ய வேண்டும்?

* 'நாங்கள் காதலிக்கும்போது அவன்தான் என்னை அதிகமாகக் காதலித்தான்,' என்று சொல்கிறீர்கள். அப்படியென்றால் என்ன? நீங்கள் அப்போது அவ்வளவு தீவிரமாகக் காதலை உணரவில்லையா? ஐந்து ஆண்டு காலம் உங்கள் மனத்தில் என்னதான் நடந்துகொண்டிருந்தது? இவ்வளவு நீண்ட காலத்தில் ஒரே ஒருமுறைதான் சண்டை வந்ததா? எதனால் உங்கள் காதலனுக்கு இன்னொரு பெண் மீது நாட்டம் ஏற்பட்டது என்று யோசித்துப் பார்த்தீர்களா? பிரிந்துவிடலாம் என்பதற்கு அவர் என்ன காரணம் சொல்கிறார்? அவர் அவ்வளவு தீவிரமாகக் காதலிக்கும்போது தீவிரம் காட்டாத நீங்கள், இப்போது அவர் பிரிந்துவிடலாம் என்று சொல்லும்போது ஏன் அந்தப் புதிய கேர்ள் ஃபிரண்டிடம் சென்று கேட்கும் அளவுக்குத் தீவிரம் காட்டுகிறீர்கள்? இப்போது கூட என்ன நடந்தது, ஏன் அது நடந்தது, காரணம் என்ன என்று தெரிந்துகொள்வதில் அக்கறை காட்டாமல் 'அவன் திரும்பி வருவதற்கு நான் என்ன செய்யவேண்டும்?' என்றுதான் கேட்கிறீர்கள். 'உறவு என்பது என்ன, அதன் உள்ளியக்கம் என்ன? இரண்டு மனங்களுக்கிடையில் என்னதான் நடக்கிறது?' என்பதெல்லாம் தெரிந்துகொள்வது முக்கியமாகவே உங்களுக்குப் படவில்லையா? உங்கள் வாழ்க்கையில் நடந்த இந்தச் சம்பவத்தை வைத்துக்கொண்டு மனித மனம் பற்றியும் உறவு பற்றியும் தெரிந்துகொள்ளத் தொடங்குங்கள். காலம் பின்னோக்கிச் செல்வதில்லை. உங்கள் வாழ்க்கையும் அப்படித்தான். மேற்கொண்டு என்ன செய்யலாம் என்று பாருங்கள். வாழ்க்கை என்பது வெறும் நிகழ்வு வரிசை மட்டுமல்ல. எண்ணற்ற உணர்ச்சிகள், ஆழ்மனச்சக்திகள், உணர்வு வீச்சுகள், அனைத்தும் தொடர்ந்து ஊடாடும் பரஸ்பர மாற்றத்தின் அனுபவக் களம். அதில்

நடப்பதை வைத்துக்கொண்டு உங்களையும் உங்கள் வாழ்க்கை பற்றியும் புரிந்துகொள்ள முயலுங்கள்.

○

❋ என்னுடைய ஐந்து ஆண்டுகால நட்பு ஆறு மாதங்களுக்கு முன்னர்தான் காதலாக மாறியது. என் வீட்டிலும், என் காதலன் வீட்டிலும் இதைத் தெரிவித்தோம். எங்கள் இருவர் வீட்டிலும் எங்கள் காதலை முதலில் ஏற்றுக்கொண்டார்கள். ஆனால், இப்போது என் காதலன் வீட்டில் ஜாதகத்தைக் காரணம் காட்டி திருமணம் வேண்டாம் என்று சொல்லிவிட்டார்கள். என்னால் அவனை மறக்க முடியவில்லை. தற்கொலை எண்ணம் அதிகமாக வருகிறது. பைத்தியம் பிடித்துவிடும்போல் இருக்கிறது. எப்போதும் தனிமையில் இருப்பதைப்போல் உணர்கிறேன்.

❋ இதில் சில விஷயங்கள் புரியவில்லை. ஐந்து ஆண்டு கால நட்பு என்கிறீர்கள். அதன் ஆழம் என்ன? என்னதான் நடந்தது அந்த ஐந்து ஆண்டுகளில்? ஆறு மாதங்களுக்கு முன்னர் காதலாக மாறியதும் விரைவிலேயே அது முடிந்து போனது எப்படி? முதலில் உங்கள் காதலை ஏற்றுக்கொண்ட அவரது பெற்றோர் திடீரென்று மனம் மாறியது ஏன் என்று புரியவில்லை. ஜாதகம் என்பது திருமணத்தைத் தவிர்ப்பதற்கு ஒரு வெறும் சாக்காகத்தான் தோன்றுகிறது. இதில் உங்கள் காதலரின் பங்கு என்ன என்பது பற்றி ஒரு வார்த்தை கூட நீங்கள் சொல்லவில்லை. நீங்களும் அந்த முடிவில் மாற்றம் ஏதும் கோரவில்லை என்பதுபோல்தான் தெரிகிறது. அதை எப்படித் தாங்கிக்கொள்வது என்பதுதான் உங்களுக்குத் தெரியவில்லை என்றுதான் படுகிறது. உங்கள் பிரச்னை உங்களை வாட்டிக்கொண்டிருக்கும் தனிமைதான் என்று தோன்றுகிறது.

இந்த உறவு தனிமையில் உங்களைக் கொண்டுவந்து தள்ளியிருக் கிறது. அதாவது உங்களை உங்களிடமே கொண்டுவந்து சேர்த்திருக்கிறது. இந்தத் தனிமையே ஏன் உங்கள் வாழ்வின் அடுத்த கட்டத்திற்கான தொடக்கமாக நீங்கள் எடுத்துக் கொள்ளக் கூடாது? உறவுகளில் ஏற்படும் வலிதான் வளர்ச்சியின் ஆதாரமாகச் செயல்படுகிறது. உங்களுக்குப் பைத்தியம் எல்லாம் பிடிக்காது. கண்களையும் மனத்தையும் நன்றாகத் திறந்துவைத்துக்கொண்டு பாருங்கள். சில காலம் கழித்து இந்த வேதனைக்கு நீங்களே நன்றி சொல்வீர்கள். உங்களால் தனித்து இதை எதிர்கொள்ள முடியவில்லை என்றால் உளவியல் ஆலோசகரின் உதவியை நாடுங்கள்.

வாரம் 5

என் அடையாளம்

'நான் யார்' என்பதைச் சாதி, மதம், நாடு, மொழி, இனம் போன்றவற்றைக் கொண்டுதான் நாம் நிர்ணயிக்கிறோம். நம்முடைய அடையாளம் நமக்கு வெளியில் இருக்கும் ஏதோ ஒரு விஷயத்தை வைத்துத்தான் முடிவு செய்யப்படுகிறது. நம் வாழ்க்கையை நாம் எப்படி வாழவேண்டும், நாம் என்ன செய்யவேண்டும் என்பதையும் நமக்கு வெளியில் உள்ளவர்கள்தான் முடிவு செய்கிறார்கள். இதை முடிவு செய்வது யார் அல்லது எது? பல்லாயிரக் கணக்கான ஆண்டுகளாக, மரபு என்ற பெயரில் தொடர்ந்து நடந்துகொண்டுவரும் ஓட்டம்தான் இதை நிர்ணயிக்கிறது. இந்த ஓட்டத்தைப் பொறுத்த வரையில் தன்னுடைய தொடர்ச்சி மட்டும்தான் இதற்கு முக்கியம். யாரையும் இது கணக்கில் கொள்வதில்லை. பெற்றோர்களும் இந்த ஓட்டத்துக்குக் கட்டுப்பட்டவர்கள்தான். அந்த ஓட்டம்தான் அனைவரையும் கட்டுப்படுத்துகிறது; ஆனால் இது பெற்றோர்களின் வழியாகத்தான் செயல்படுகிறது. 'மகன்' அல்லது 'மகள்' என்னும் அடையாளத்தை, உரிமையை, அது நிராகரித்து விடுவதாகப் பயமுறுத்துகிறது. 'சொத்து கிடையாது' என்று சொல்கிறது. நாமும் பயப்படுகிறோம். ஏனெனில் நம் அடையாளம் என்ன என்பது நமக்குத் தெரியாது. குடும்பம், சாதி, நாடு போன்றவற்றின் அடிப்படையில்தான் நாம்கூட நம் அடையாளத்தை வைத்திருக்கிறோம்.

நம் தனித்துவத்தை இந்த ஓட்டம் அங்கீகரிப்ப தில்லை. ஏனெனில் தனித்துவம் இந்த ஓட்டத்தின்

கண்மூடித்தனத்தை மறுக்கிறது. நம் அடையாளம் என்ன என்பதை நாம் அறியும் வரைக்கும் இந்த ஓட்டத்தின் கைதிகள்தான் நாம் எல்லோரும். நம் உண்மையான சுய அடையாளத்தை நாம் அறிந்துகொள்ளத் தொடங்கினால்தான் அறிவுணர்வு இல்லாத இந்த ஓட்டத்திலிருந்து நாம் விடுபட்டு, விழித்துக்கொண்டு, நம்மை நாம் அறியும் சுயமாகப் பெருமிதத்துடன், 'என் வாழ்க்கை என் கையில்' என்று வாழ முடியும்.

பெற்றோருக்கு நாம் மகன் அல்லது மகள். கூடப் பிறந்தவர்களுக்கு சகோதரன் அல்லது சகோதரி. மணம் செய்து கொண்டவருக்குக் கணவன் அல்லது மனைவி. குழந்தைகளுக்குத் தந்தை அல்லது தாய். நமக்கு நாம் யார்? எனக்கு நான் யார்? இந்தக் கேள்விக்கு விடை காணும்போதுதான் மரபின் கண்மூடித்தனமான ஆதிக்கத்திலிருந்து நாம் விடுபட வழி பிறக்கும். இந்தக் கேள்விக்குச் சொல்லளவில், 'இதுதான்,' என்ற பதில் கிடையாது. ஆனால் இந்தக் கேள்வியை நாம் கேட்கும்போதுதான் நமக்குள் புதியதொரு சுயநிர்ணயம் பிறக்கும். அதன்பின் வாழ்க்கை வேறு ஒரு புதிய வெளிச்சத்தில், புதிய கோணத்தில் நடக்கத் தொடங்கும். அப்போதுதான் அன்பின் வழி திறக்கும்.

○

✽ எனக்கு 20 வயது ஆகின்றது. நான் எட்டு வருடமாக ஒரு பெண்ணை உயிருக்கு உயிராகக் காதலிக்கிறேன். ஆனால், அந்த பெண்ணுக்கு என் அண்ணனை மணமுடிக்கப் பெரியோர்கள் முடிவெடுத்துவிட்டார்கள். அந்தப் பெண் என்னைத்தான் திருமணம் செய்துகொள்வேன் என்கிறாள். இப்போது நான் என்ன செய்ய வேண்டும்?

❈ இந்தக் காலகட்டம் புதியது. இப்போது நடந்துகொண்டிருக்கும் விஷயங்கள் இதுவரையில் நடக்காதது. இதுவரையில் பெற்றோரின் ஆதிக்கத்தில்தான் நாம் இருந்துவந்திருக்கிறோம். ஆனால் இதுவரை நாம் அறிந்திராத புதிய விஷயங்கள் பரவலாக வெளிப்படத் தொடங்கியிருக்கின்றன. புதிய அறிவு அனைத்துத் துறைகளிலும் வெளிப்பட்டிருக்கிறது. பெற்றோரைவிட மக்களுக்கு அதிக அறிவு கிடைத்திருக்கிறது. பெற்றோரிடம் முன்பு இருந்த பயம் இப்போது இல்லை. ஆனால் பெற்றோர் அன்பு என்னும் பெயரில் இன்னும் ஆதிக்கம் செலுத்த முற்படுகிறார்கள். 'பெற்றோரின் மனம் புண்படக்கூடாது' என்று நினைக்கும் குழந்தைகளின் எண்ணத்தை அவர்கள் தங்களுக்குச் சாதகமாகப்

பயன்படுத்திக்கொள்கிறார்கள். அவர்களுக்கும், 'இது சரி, இது தவறு,' என்பது குறித்து எந்தத் தெளிவும் இல்லை. அவர்களும் பெருமளவுக்குக் குழப்பத்தில்தான் இருக்கிறார்கள். நீங்கள் விரும்பும், உங்களை விரும்பும் ஒரு பெண், உங்கள் வீட்டிலேயே 'அண்ணி' என்ற பெயரில் நடமாடுவது எப்படி இருக்கும்? எத்தகைய குழப்பங்களுக்கு அது வழிவகுக்கும் என்று யாரும் யோசிக்கவே இல்லையா? உங்கள் முடிவுகளுக்கு நீங்கள் முழுப் பொறுப்பேற்றுக் கொள்வதற்குத் தயாராக இருந்தால் மனத்திடத்துடன் முடிவெடுங்கள். 'இதுதான் சரியான முடிவு,' என்று யாராலும் சொல்ல முடியாது. நன்கு சிந்தித்துச் செயல்படுங்கள்.

○

★ நான் 2009ல் கல்லூரியை முடித்தேன். கல்லூரியின் கடைசி ஆண்டில் என்னுடைய பெஸ்ட் ஃப்ரண்ட் என்னிடம் அவன் காதலைத் தெரிவித்தான். என் பெற்றோர்கள் காதல் திருமணத்தை ஏற்றுக்கொள்ளமாட்டார்கள் என்பதால் அப்போது அவன் காதலை நான் ஏற்றுக்கொள்ளவில்லை. ஆனால், பிறகு கல்லூரி முடித்தவுடன் அவன் பேசிப் பேசி என்னைச் சம்மதிக்க வைத்தான். நாங்கள் காதலிக்க ஆரம்பித்து ஐந்து ஆண்டுகள் ஆகிவிட்டன. நான் என் பெற்றோரிடம் என் காதலைச் சொன்னேன். நான் எதிர்பார்த்த மாதிரியே எங்கள் காதலை அவர்கள் ஏற்றுக்கொள்ளவில்லை. என் காதலன் என் பெற்றோரிடம் பேசி அவர்களை சம்மதிக்க வைக்கிறேன் என்று முயற்சி செய்தான். ஆனால், என் பெற்றோர் அவனோ, அவன் குடும்பத்தாரோ பேசுவதைக் கேட்பதற்குக்கூடத் தயாராக இல்லை. என் பெற்றோருடைய பிரச்னை சாதிதான் என்று அவர்கள் பேசிக்கொள்வதிலிருந்து புரிகிறது. எனக்கு வேறு சாதியில் திருமணம் செய்து வைத்தால் அவர்களை உறவினர்கள் என்ன சொல்வார்கள் என்று மட்டும்தான் யோசிக்கிறார்கள். எனக்கு எந்த நியாயமான காரணங்களையும் சொல்லாமல், காதல் திருமணம் செய்துகொண்டால் உன் வாழ்க்கை நன்றாக இருக்காது என்று மட்டும் சொல்கிறார்கள். என் பெற்றோர் என் மகிழ்ச்சியைவிட உறவினர்களின் கருத்துக்கு ஏன் முக்கியத்துவம் கொடுக்கிறார்கள் என்று புரியவில்லை. இங்கே திருமணங்களில் சாதி ஏன் இவ்வளவு மோசமான விளைவை ஏற்படுத்துகின்றது? நான் என் பெற்றோருடைய சொல்படித் திருமணம் செய்துகொண்டால் என்னால் நிம்மதியாக வாழமுடியாது. என் காதலனை ஏமாற்ற

நான் விரும்பவில்லை. நான் அடுத்து என்ன முடிவெடுக்க வேண்டும்?

* உங்களுக்கு என்ன வேண்டும்? பெற்றோரின் ஆதரவா? காதலரின் துணையா? அல்லது உங்களை, உங்கள் உணர்ச்சிகளை மதித்து நீங்களே முடிவெடுக்கும் திருப்தியா? உங்கள் வாழ்க்கையில் அதிமுக்கியமான நபர் யார்? நீங்களா அல்லது மற்ற யாருமா? இந்தக் கேள்விக்கான விடைகளை வைத்துத்தான் உங்கள் முடிவு அமைய முடியும். இதை வைத்துத்தான் உங்கள் வாழ்க்கையும் உங்கள் எதிர்காலமும் அமையும். உங்கள் வாழ்க்கைப் பாதை எந்தத் திசையில் நகரப் போகிறது, நகர வேண்டும் என்பதை நீங்கள் மட்டும்தான் தீர்மானிக்க முடியும். உங்கள் முடிவு எதுவாக இருந்தாலும் அதற்கு முழுப் பொறுப்பை ஏற்றுக்கொள்ளுங்கள்.

வாரம் 6

பொய்வாழ்க்கை

நம்மில் பெரும்பாலானோர் வாழ்க்கையை வாழும் விதம் விசித்திரமானது. வாழ்க்கையை நேரடியாக, அனுபவபூர்வமாக வாழ்வதைவிட மனத்தினுள்ளே கற்பனை உலகில்தான் பலர் வாழ்கிறார்கள். இதில் இரண்டு விதங்கள் இருக்கின்றன. ஒன்று வெறும் பகற்கனவில் வாழ்வது. மனக்கோட்டை கட்டுவது. இன்னொன்று நட்பு, காதல், போன்ற உறவுகள் பற்றி ஏற்கனவே கதைகளிலும், திரைப்படங்களிலும் சித்தரிக்கப்பட்டிருக்கும் பொய்யான கருத்துக்களின்படி வாழ முயல்வது. இவை இரண்டுமே வாழ்க்கையை உண்மையாக அனுபவக் களத்தில் வாழாமல் கற்பனையிலும் கருத்தளவிலும் – அதாவது மனத்தளவில் மட்டுமே – வாழ்வதுதான். இது பெரும்பாலும் பெரும் துன்பத்தில்தான் கொண்டு சேர்க்கிறது.

சமூகமும் கலாச்சாரமும் முன்னிறுத்தும் மாதிரி வாழ்க்கை, உண்மையான வாழ்க்கையை விட முக்கியமானதாகப் போய்விட்டிருக்கிறது. அந்த மாதிரி வாழ்க்கையின் சட்டகத்தினுள் தன்னைப் பொருத்திக்கொள்ளும் முயற்சியில் நம் தனித்துவத்தின் மதிப்பை அறிந்துகொள்ளும் வாய்ப்பை முற்றிலுமாக இழந்துவிடுகிறோம். வாழ்க்கை அனுபவத்தைத் தன் சுய ஒளியில் காணும் தரிசனத்தை, ஒப்பில்லாத அந்த அனுபவத்தை, நாம் இழந்து கொண்டிருக்கிறோம்.

இதுபோல் வாழ்வது தன்னைத்தானே ஏமாற்றிக் கொள்வதுதான். இதில் நேரடி வாழ்க்கையின் அர்ப்பணிப்பு தேவையில்லை. மற்றவர்களைத் திருப்திப்படுத்தும் நோக்கமும் அவர்களிடமிருந்து நல்ல பெயர் வாங்கும் எதிர்பார்ப்பும் இதன் பின்னணியில் இழைந்திருக்கிறது. இதில் உண்மையான வாழ்க்கை அனுபவமும், உண்மையான சந்தோஷம், நேரடி வாழ்க்கையின் சவால்களைச் சந்திப்பதில் ஏற்படும் அகவளர்ச்சி, இவையெல்லாம் பலியாகின்றன. இதுபற்றிய புரிதல் இல்லாத வரைக்கும் வாழ்க்கையை நாம் வீணாக்கிக்கொண்டுதான் இருக்கிறோம்; இருப்போம்.

○

* 5 வருடங்களுக்கும் மேலாக அவள்தான் என் நெருங்கிய தோழி. படிப்பு முடித்துவிட்டு இருவரும் வேலை தேட ஆரம்பித்தோம். முதலில் அவளுக்கு வேலை கிடைத்தது. ஆனால் என்னை விட்டுவிட்டு இருக்க முடியவில்லை என்பதால் இரண்டு மாதங்களில் வேலையை விட்டு நின்று விட்டாள். பிறகு எனக்கும் அதே கம்பெனியில் வேலை கிடைத்தது. ஆனால் அவள் வேலைக்குப் போக வேண்டாம் எனச் சொன்னதும் வாய்ப்பை நழுவவிட்டேன். இப்பொழுது நாங்கள் இருவரும் இணைந்தேதான் இருக்கிறோம். நாம் இருவரும் சேர்ந்து முதுகலைப் பட்டப் படிப்பு படிக்கலாம் என்கிறாள் என் தோழி. ஆனால் என் குடும்பச் சூழ்நிலை நான் இப்பொழுதே வேலைக்குச் சென்றாக வேண்டும். என் பெற்றோர், மற்ற நண்பர்கள் அனைவரும் அவள் நட்பை துண்டித்துக் கொள்ளச் சொல்கிறார்கள். ஆனால் என்னால் என் தோழியை விட்டுத்தர முடியவில்லை. ஆனால் அவளும் என் குடும்பச் சூழலைப் புரிந்துகொள்ள மறுக்கிறாள்.

* நல்ல ஒரு நட்பு சில பொய்யான எதிர்பார்ப்புகளினால் பிரச்னைக்கு உள்ளாகியிருப்பது தெரிகிறது. உறவுகளிலேயே நட்புதான் கட்டுப்பாடுகள் மிகவும் குறைவாக உள்ள அமைப்பு. அவரவர் தனித்துவம் குறித்த அங்கீகரிப்பு, தன்னியல்பான சுதந்திரம், ஒரு விசாலம், அனைத்தும் பொதுவாக நட்பில்தான் அதிகம். இந்தத் தன்மைகள் காதல், மணவாழ்க்கை போன்ற உறவுகளில் பெருமளவுக்கு மறுக்கப்படுகிறது. ஆனால் இங்கே உங்கள் நட்பில் இந்தத் தன்மைகள் தம் முக்கியத்துவத்தை இழந்திருக்கின்றன. நீங்கள் இருவரும் தத்தம் வாழ்க்கையை வாழாமல் மற்றவருடைய வாழ்க்கையை வாழ்ந்துகொண்டிருப்பதாகத்தான் தெரிகிறது. உங்களைவிட்டு இருக்கமுடியாமல் உங்கள் தோழி

வேலையைவிடுவதும், தோழி சொன்னாள் என்பதற்காக நீங்கள் உங்கள் வேலை வாய்ப்பை நழுவ விடுவதும், அதே போல் இப்போது உங்கள் குடும்பச் சூழ்நிலை காரணமாக நீங்கள் வேலைக்குச் சென்றாக வேண்டிய கட்டாயத்தில் இருக்கும்போது உங்கள் தோழி வேண்டாம் அன்று சொல்வதும் உங்கள் இருவரிடையே உள்ள உறவில் எந்த அளவுக்கு மற்றவரின் தனித்துவத்தைக் குறித்த அங்கீகரிப்பு இருக்கிறது என்ற கேள்வியை எழுப்புகிறது.

நட்பு என்றால் இப்படித்தான் இருக்கவேண்டும், நட்புக்காக நம் சந்தோஷத்தைக்கூடத் தியாகம் செய்யத் தயாராக இருக்கவேண்டும், என்பதுபோன்ற பொய்யான எதிர்பார்ப்புகள் இருப்பது வெளிப்படையாகத் தெரிகிறது. இது உங்கள் நட்புக்கே நல்லதல்ல. இப்போது நடக்கும் விஷயங்களால் எதிர்காலத்தில் நீங்கள் இருவரும் ஒருவரையொருவர் வெறுக்கும் அளவுக்குப் போய்விடக்கூடிய சாத்தியம் இருக்கிறது. மேலோட்டமாக நீங்கள் சொல்லியிருக்கும் விஷயங்களைத் தவிர உங்கள் உறவில் இன்னும் ஆழமான சிக்கல்கள் இருக்கக்கூடும் என்ற எண்ணம்தான் ஏற்படுகிறது. நட்பில் கட்டுப்பாடுகளைத் தவிர்ப்பது நட்பு வெகுகாலம் நீடிக்க உதவும். மற்ற நண்பர்களையும் கூட வைத்துக்கொண்டு உங்கள் தோழியுடன் பேசுங்கள். எல்லோருக்கும் சாதகமான நல்ல முடிவை எடுங்கள். எந்த முடிவானாலும் உணர்ச்சிகளின் போக்கில் எடுக்காமல் உங்கள் நீண்டகால நன்மையை மனத்தில்கொண்டு எடுப்பதுதான் நல்லது.

○

❋ நான் கல்லூரியில் சேர்ந்த சில நாட்களிலேயே அவரைக் காதலிக்க ஆரம்பித்துவிட்டேன். ஆனால் அவரிடம் சென்று என் காதலை வெளிப்படுத்தும் தைரியம் எனக்கு இல்லை. கிட்டத்தட்ட மூன்று வருடங்கள் கடந்துவிட்டன. என் படிப்பும் முடிந்துவிட்டது. ஆனால் இன்றுவரை நான் அவரிடம் என் காதலைச் சொல்லவே இல்லை. என் வீட்டில் எனக்குக் கல்யாணம் செய்து வைக்க முடிவெடுத்துவிட்டார்கள். ஆனால் அவரைத் தவிர வேறு யாரையும் என்னால் நினைத்துக் கூடப் பார்க்க முடியாது. என் வீட்டிலும் என் காதலைச் சொல்ல முடியவில்லை. ஏனென்றால் நான் தான் இதுவரை அவரிடமே சொல்லவில்லையே? இப்பொழுது நான் என்ன செய்ய?

❋ எதனால் உங்கள் உணர்வைக் காதல் என்று சொல்கிறீர்கள்? நீங்கள் சொல்வதிலிருந்து நீங்கள் ஒரு கற்பனை உலகில்

இருந்துகொண்டிருக்கிறீர்கள் என்றுதான் தெரிகிறது. ஏன் உங்களுக்கு உங்கள் காதலை அவரிடம் சொல்லத் தைரியம் இல்லை? அவர் உங்களையும் உங்கள் காதலையும் ஏற்றுக்கொள்ள மாட்டார் என்ற பயமா? நீங்கள் உங்களையும் உங்கள் காதலையும் எந்த அளவுக்கு மதிக்கிறீர்கள்? அப்படி மதித்தீர்களேயானால் உங்களுக்கு இந்த அச்சம் தேவையில்லை. உங்கள் காதலை ஏற்றுக்கொள்வதும் ஏற்றுக்கொள்ளாததும் அவரது விருப்பம். ஆனால் நீங்கள் ஏன் அதை அங்கீகரிக்க மறுக்கிறீர்கள்? ஒன்று அவரிடம் போய் இப்போதாவது உங்கள் உணர்வைச் சொல்லுங்கள். அல்லது இந்த விஷயத்தை உங்களுக்குள்ளேயே முடிவுக்குக் கொண்டுவந்துவிடுங்கள். உங்கள் மனமேடையில் மட்டுமே நடப்பது வாழ்க்கை என்னும் தகுதியைப் பெறுமா என்று யோசியுங்கள்.

வாரம் 7

வாழ்க்கையின் செய்திகள்

நாம் பிறக்கும்போது நம் மனத்தில் எந்தத் தகவலும் இல்லை. பிறந்த பிறகு நம்மைச் சுற்றி நடப்பது அனைத்தும் நம் மனத்தில் பதிவாகின்றன. குறிப்பாக நம் பெற்றோர் சொல்வதும் செய்வதும் நம் மனத்தில் ஆழமாகப் பதிகின்றன. அவர்களே நம் உலகம். அவர்களை எல்லாவற்றுக்கும் நாம் முன்மாதிரியாக எடுத்துக் கொள்கிறோம். அவர்களைப் போலவே பேசுவதற்கு, பழகுவதற்கு, நடப்பதற்குக் கற்றுக்கொள்கிறோம். அவர்களை அன்பின் ஊற்றாகப் பார்க்கிறோம். அவர்களிட மிருந்து அன்பைப் பெறுவதற்கு எதையும் செய்யத் தயாராக இருக்கிறோம். அவர்களின் எதிர்பார்ப்பு களை நிறைவேற்றுவதை நம் தலையாய கடமையாகக் கொள்கிறோம்.

ஆனால் வாழ்க்கை நமக்கு வேறு செய்திகளைச் சொல்ல விழைகிறது. பல நேரங்களில் நமக்குச் சொல்லப்பட்ட விஷயங்களிலிருந்து பெரிதும் மாறுபட்ட செய்திகளை வாழ்க்கை நமக்குச் சொல்கிறது. அந்த நேரங்களில் நாம் குழம்பிப் போகிறோம். எது சரி? எது தவறு? நமக்குச் சொல்லப்பட்டதா? அல்லது இப்போது இந்த நேரடி அனுபத்தில் நமக்குத் தெரிவதா? எதை எடுத்துக்கொள்வது? எதை விடுவது?

ஆனால் நமக்குள்ளே ஒரு குரல் எப்போதும் கேட்டுக்கொண்டே இருக்கிறது. "நீ செய்வது தவறு. நீ கெட்டவன். பாவம் செய்கிறாய். உன்னைத் திருத்திக்

கொள். இல்லையெனில் நீ துன்பத்துக்கு ஆளாவாய்." இந்தக் குரலின் ஆதிக்கத்திலிருந்து நாம் தப்பிப்பது அசாத்தியமாக இருக்கிறது. அது நமக்குச் சொல்லிக்கொடுக்கப்பட்ட விஷயங் களின் அடிப்படையில் எழும் வெறும் சிந்தனைதான் என்பது பெரும்பாலும் நமக்குத் தெரிவதில்லை. அது தெரிந்த பிறகும் கூட இதிலிருந்து விடுபடுவது எளிதாக இல்லை. அந்தக் குரல் நம்மை மட்டுமல்லாமல் நம் வாய் வழியாகப் பிறரையும் எந்நேரமும் குத்திக்கொண்டே இருக்கிறது. நம் உறவுகளைக் குலைக்கிறது.

இது நம் குரல் அல்ல என்பதைத் தெளிவாகத் தெரிந்து கொள்ளவேண்டும். அது தவிர, அந்தக் குரலை – அதாவது மற்றவர்களை – திருப்திப்படுத்த நாம் எப்போதும் முயன்று கொண்டே இருக்கிறோம். ஆனால் என்ன செய்தாலும் மற்றவர் களைத் திருப்திப்படுத்த முடிவதில்லை.

இந்த இரண்டு விஷயங்களிலிருந்தும் நாம் விடுபட்டாக வேண்டும். அப்படி விடுபட்டு, நம் சுயசிந்தனையின்படி நாம் வாழத் தொடங்கினால், நமக்குள் ஒரு சுதந்திர உணர்வும் இயல்பான சந்தோஷமும் இருப்பதை உணர முடியும். நம்முடன் உறவு கொள்ளும் மற்றவர்களும் உண்மையிலேயே நம்முடன் சந்தோஷமாக இருக்கும் அதிசயமும் நிகழ்வதைக் காண முடியும். அன்பின் ஊற்று நமக்குள்ளேதான் இருக்கிறது.

○

* *22 வயது இளைஞனான நான் கணிதத் துறையில் பட்டம்பெற்று பி.எட். முடித்தேன். பள்ளி, கல்லூரி எனத் தொடர்ந்த நேரத்திலும் இப்பொழுதும் குறைகாணுதல் (எதிலும்), ஒருவர் கருத்தை மறுத்துப் பேசுதல் போன்ற எதிர்மறை எண்ணங்களால் என்மீதே நம்பிக்கையிழக்கும் அளவிற்கு பாதிக்கப்பட்டுள்ளேன். தீர்வு ப்ளீஸ்?*

* நீங்கள் யோசித்துப் பார்த்தால் உங்கள் அப்பாவோ அம்மாவோ இதேபோல் இருந்திருக்கக் கூடும். நம் பெற்றோரை நாம் பெரிதும் பின்பற்றுகிறோம். அவர்கள் நமக்குள் நாமாகவே ஆகிவிட்டிருக்கிறார்கள். ஆனால் அது நம் உண்மையான சுயம் அல்ல. உங்களிடம் நீங்கள் காணும் மனப்பாங்கு வெளியிலிருந்து உங்களுக்குள் பதிவானது. அது நீங்கள் அல்ல. இந்த உண்மையைத் தெளிவாக உணர்ந்துகொண்டு, அதை விலக்கி வைத்துவிட்டு, நீங்கள் என்ன நினைக்கிறீர்கள், எப்படி உங்கள் வாழ்க்கையைப் பார்க்கிறீர்கள், எவ்வாறு மற்றவர்களிடம் உறவு கொள்ள விரும்புகிறீர்கள் என்பதைக்

கவனம் கொடுத்து அறிந்துகொள்ளுங்கள். அதன் படி வாழ்க்கையை நடத்துங்கள்.

❍

✸ நான் கல்லூரியில் பயிலும் 18 வயது மாணவி. எனக்கு 8 வயது இருக்கும்போது அப்பா இறந்துவிட்டார். என் தாயின் அரவணைப்பில்தான் வளர்ந்து வருகிறேன். எனக்குப் பின் தம்பி இருக்கிறான். எங்கள் குடும்பம் மிகவும் பெரியது. பாட்டி, தாத்தா, சித்தி, சித்தப்பா, அண்ணன்கள், தங்கைகள் என கிட்டதட்ட 25 பேர் இருக்கிறோம். தனித்தனி வீட்டில்தான். ஆனால், மனதில் ஒன்றாக. இத்தனை பேர் என்னுடன் இருந்தும் நான் தனிமையில்தான் இருக்கிறேன். என் தம்பியின் மீதுதான் என் அம்மாவிற்கு அன்பு அதிகம். அதற்காக நான் வருத்தப்படவில்லை. பொறாமைப்படவில்லை. எனக்கு எப்போதும் என் அப்பா இல்லை என்ற கவலைதான். நான் பெரிய குடும்பத்தில் இருந்தும் யாரிடமும் எந்த உதவியையும் எதிர்பார்த்ததில்லை. நான் அனைவரிடமும் மிகவும் அன்புடன்தான் இருக்கிறேன். ஆனால், என் குடும்பத்திலேயே என் அன்பைப் பயன்படுத்தி என்னைப் பல விஷயங்களில் ஏமாற்றி முட்டாள் ஆக்கியிருக்கிறார்கள். ஆனால், அது தெரிந்தும் நான் அவர்கள் மேல் அன்பு குறையாமல், தெரிந்தே ஏமாந்துகொண்டு இருக்கிறேன். என் ஃப்ரெண்ட்ஸுடன் எப்பொழுதும் சிரித்துகொண்டு மகிழ்ச்சியாகத்தான் இருக்கிறேன். ஆனால், வீட்டிற்கு வந்தால் எதற்கெடுத்தாலும் கோபப்படுகிறேன். வீட்டில் என்னைச் சிடுமூஞ்சி என்றுதான் கூப்பிடுகிறார்கள். நான் தைரியமான பெண். இத்தனை வருடமாக என் குடும்பத்தை அப்பா இடத்தில் இருந்து பொறுப்பாகப் பார்த்துகொண்டேன். வருங்காலத்திலும் பார்ப்பேன். நான் என்ன செய்தாலும், என் வீட்டில் “ஏன் பையன் மாதிரி நடந்துகொள்கிறாய்? இப்படி இருந்தால் திருமணம் செய்து கொடுக்கும் வீட்டில் உன்னை ஏற்றுகொள்ள மாட்டார்கள்”, என்று கூறுகிறார்கள். நான் ஒருவரைக் காதலித்தேன். அதனால்தான் இப்படி நடத்துகிறார்களா என்றால், அதற்கு முன்பு இருந்தே இப்படித்தான். இப்போது திருமணம் பற்றிய கனவெல்லாம் எனக்கில்லை. படிக்க வேண்டும். உலகம் திரும்பிப் பார்க்கும் புகழ்பெற வேண்டும். என் தம்பிக்கு என் குடும்பத்தில் கிடைக்கும் அங்கீகாரம் எனக்கும் கிடைக்க வேண்டும். நான் அடுத்த பெண் புரட்சியாளர் ஆக விரும்புகிறேன். நான் நினைத்ததைச் செய்யும் வாய்ப்பும், சுதந்திரமும் எனக்கு வேண்டும். நான் என்ன செய்வது?

❈ நீங்கள் சொல்வதிலிருந்து பல விஷயங்கள் வெளிப்படுகின்றன. தம்பியின் மீது அம்மாவுக்கு அன்பு அதிகம் என்பது பற்றி வருத்தமோ பொறாமையோ இல்லை என்று சொல்கிறீர்கள். ஆனால் தம்பிக்குக் கிடைக்கும் அங்கீகாரம் உங்களுக்கும் கிடைக்கவேண்டும் என்கிறீர்கள். உங்கள் அன்பைப் பயன்படுத்திக்கொண்டு ஏமாற்றி முட்டாளாக்குகிறார்கள். ஆனால் தெரிந்தே ஏமாறுகிறீர்கள். பையன் மாதிரி நடந்துகொள்கிறீர்கள் என்கிறார்கள். நீங்கள் பெண் புரட்சியாளர் ஆகவேண்டும் என்கிறீர்கள். இந்த எல்லா விஷயங்களிலும் வாழ்க்கையை நீங்கள் சுயமான பார்வையில் பார்க்காமல் எதிர்வினையாகவே சிந்திக்கிறீர்கள் என்றுதான் தோன்றுகிறது. இது உங்கள் எதிர்காலத்துக்கு நல்லதல்ல. உங்கள் வாழ்க்கையை நீங்கள் வாழாமல் வெளியில் நடக்கும் விஷயங்களுக்கு எதிர்வினையாகச் சிந்தித்து நடப்பதாகத்தான் படுகிறது.

உங்கள் அங்கீகாரம் முதலில் உங்களிடமிருந்துதான் வரவேண்டும். நீங்கள் நினைப்பதைச் செய்யும் வாய்ப்பும் சுதந்திரமும் உங்களுக்கு வெளியில் இருந்து யாரும் கொடுக்கவேண்டியதில்லை. சுதந்திரம் மற்றவர்கள் கொடுக்கும் விஷயம் இல்லை. மற்றவர் கொடுக்கும் சுதந்திரம் எந்த நேரத்திலும் பறிக்கப்பட்டுவிடலாம். அது உண்மையான சுதந்திரம் இல்லை. நீங்கள் நீங்களாக வாழ்வதில்தான் சுதந்திரம் இருக்கிறது. உங்கள் வாழ்க்கையை நீங்கள் அமைத்துக்கொள்ளுங்கள்.

வெளியே நடப்பது வாழ்க்கை அல்ல. அவை வெறும் சம்பவங்கள்தான். அந்தச் சம்பவங்களை நீங்கள் எப்படி எதிர்கொள்கிறீர்கள் என்பதுதான் உங்கள் வாழ்க்கை. அது உங்கள் கையில்தான் இருக்கிறது.

வாரம் 8

பெற்றோருடன் உறவு

இன்று உறவுகளின் கட்டமைப்பு பெரிதும் மாறிப் போயிருக்கிறது. பெற்றோருக்கும் பிள்ளைகளுக்கும் இடையே உள்ள உறவு கூட அடையாளம் தெரியாத அளவுக்கு மாறிப் போயிருக்கிறது. பெற்றோருக்கு நிறைய விஷயங்கள் தெரியும், பிள்ளைகளுக்கு ஒன்றும் தெரியாது, என்னும் நிலை தலைகீழாக மாறிப் போய்விட்டிருக்கிறது. பெற்றோர்களின் அதிகாரம் பெரிதும் குறைந்துபோயிருக்கும் காரணத்தால் பிள்ளைகளின் மணவாழ்க்கையில் தம் அதிகாரத்தை விட்டுக்கொடுக்காமல் பெற்றோர்கள் இருக்கிறார்கள்.

பிள்ளைகளின் தரப்பிலும் பெரும் மாற்றம் ஏற்பட்டிருக்கிறது. அவர்கள் முன்பு போலன்றிப் பெருமளவுக்கு மின்னணுச் சாதனங்களைச் சார்ந்து ஒரு வாழ்க்கையை மேற்கொண்டிருக்கிறார்கள். செல்ஃபோன், கம்ப்யூட்டர், ஐபாட், டாப்லெட் என்று தொழில்நுட்பத்தின் இன்றைய கண்டுபிடிப்புகளுடன் வாழ்கிறார்கள். இண்டர்னெட் உலகில் பெரிதும் சஞ்சரிக்கிறார்கள். தாய் தந்தையரின் பங்கை இண்டெர்னெட் எடுத்துக்கொண்டு விட்டிருக்கிறது. வாழ்க்கை பற்றிய மதிப்பீடுகள் அடிப்படையிலேயே மாறிப் போயிருக்கின்றன.

அன்பு என்பதன் பொருள் இன்று மிகவும் சிதைந்துபோயிருக்கிறது. அன்பு என்ற பெயரில் ஏதேதோ விஷயங்கள் நடமாடிக்கொண்டிருக்கின்றன. ஒரு இளம்பெண்ணிடம் ஒரு இளைஞனோ அல்லது ஒரு இளைஞன் ஒரு இளம்பெண்ணுடனோ கொஞ்சம் கனிவாகப் பேசினால் அது காதல்

என்று கொள்ளப்படுகிறது. சிநேகம், காதல், இந்த இரண்டுக்கும் இடையில் 'கேர்ள் பிரெண்ட் – பாய்பிரெண்ட்' என்று புதிதாக ஒரு தளம் உருவாகியிருக்கிறது. பாய்பிரெண்ட் இல்லாத ஒரு பெண் ஏதோ அடிப்படைத் தகுதியை இழந்துவிட்டவள் போல் கணிக்கப்படுகிறாள். அதேபோல் கேர்ள்பிரண்ட் இல்லாத ஒரு இளைஞன் மட்டமாகப் பார்க்கப்படுகிறான். தன் சுயத்தைப் பற்றிய உணர்வை அடைவதற்கு இதுபோன்ற விஷயங்களைச் சார்ந்து இருக்கிறார்கள் இளைய தலைமுறையினர். இந்த இலக்கணம் புதிதாக இருக்கும் காரணத்தால் பெற்றோர்களும் செய்வதறியாமல் தவிக்கிறார்கள். இந்தக் காரணங்களால் இந்தத் தலைமுறையினரின் உறவுகள் குழப்பத்தில் சிக்குண்டு இருக்கின்றன. இதில் யாரையும் குறை சொல்வதில் அர்த்தமில்லை. பெற்றோரும் பிள்ளைகளும் உறவு என்பது என்ன, அதன் ஆழ்மனக் கூறுகள் என்ன என்பது பற்றிய அடிப்படைக் கேள்விகளைக் கேட்டு விடை கண்டுபிடிக்க வேண்டிய நிர்ப்பந்தத்தில் இன்று இருக்கிறார்கள்.

❍

✸ *எனக்கு 23 வயது. நான் ஐந்து ஆண்டுகளாக ஒருவரைக் காதலிக்கிறேன். பிரச்னை என்னவென்றால் என் காதலன் என்னைவிட ஒரு வயது சிறியவன். என் காதலனுக்கு நல்ல வேலை, நல்ல குடும்பப் பின்னணியும் இருக்கிறது. ஆனால் என் பெற்றோர் என் திருமணத்திற்குச் சம்மதிக்க மறுக்கின்றனர். என் காதலர் என்னைவிட வயதில் சிறியவராக இருப்பது பிரச்னையா? அல்லது வேறு என்ன பிரச்னை என்று என் பெற்றோர் காரணம் கூற மறுக்கின்றனர். அவர்களை எப்படி என் காதலை ஏற்றுக்கொள்ள வைப்பது?*

❁ *சில விஷயங்கள் பல்லாண்டு காலமாக நடந்துவரும் பழக்கம் காரணமாகவே உண்மையாகி விட்டிருக்கின்றன. இந்த வயது விஷயமும் அப்படித்தான். அதனாலேயே அதை மாற்றுவது என்பது பெற்றோர் மனத்திலும் பெரும் அச்சத்தை விளைவிக்கிறது. பழகிப்போன வாழ்க்கை முறையை, பல்லாண்டு கால மரபை மாற்றுவது என்பதை நினைத்துக்கூடப் பார்க்க முடிவதில்லை. நாம் பெற்றோர்களின் ஒப்புதலை எதிர்பார்க்கிறோம். பெற்றோர்கள் உலகத்தின் ஒப்புதலை எதிர்பார்க்கிறார்கள். மற்றவர்கள் என்ன சொல்வார்களோ என்ற அச்சம்தான் பெருமளவுக்குப் பெற்றோர்களின் மனங்களையும் ஆட்டுவிக்கிறது. இந்தக் காரணத்தாலேயே அவர்களும் உங்களிடம் வெளிப்படையாகத் தங்கள் மனத்தில் உள்ளதைச் சொல்லமுடியாமல் இருக்கலாம்.*

இந்த மாதிரி விஷயங்களில் மரபிலிருந்து விலகி யோசிக்க வேண்டிய கட்டாயத்தில் இருக்கிறோம். வாழ்க்கை மரபு ஓட்டத்தின் எல்லைகளுக்குள் அடங்கிவிடுவதில்லை என்பதை நினைவில் கொள்ளுங்கள். இது ஒரு விதத்தில் சவால்தான். அதனால் தீர யோசித்த பின்பே முடிவெடுக்க வேண்டும். ஆனால் எந்த முடிவை எடுத்தாலும் அதற்கான முழுப்பொறுப்பை நீங்கள்தான் ஏற்றுக்கொள்ள வேண்டும்.

○

✺ நான் ஓர் பெண்ணை மிகவும் நேசித்தேன். அவளும் என்னை விரும்பினாள். இப்போது அவள் கல்லூரியில் படிக்கிறாள். நான் வேலை தேடிக்கொண்டு இருக்கிறேன். இரண்டு மாதம் நன்றாகப் பேசியவள் இப்போது ஐந்து மாதங்களாகப் பேசுவது இல்லை. காரணம் தெரியவில்லை. எனக்கு ஒரு முடிவு தெரிய வேண்டும். நான் அவளுக்கு வேண்டும் – வேண்டாம், பிடிக்கும் – பிடிக்காது என்ற ஏதாவது ஒரு முடிவை அவளிடம் எதிர்பார்க்கிறேன். எப்படி அதைத் தெரிந்துகொள்வது?

✺ உறவு என்பது மிகவும் சிக்கலான விஷயமாக இருக்கிறது. அதற்குக் காரணம் மனத்தில் உள்ள சிக்கல்கள்தான். சிறு வயதில் இருந்தே சுற்றியுள்ள வாழ்க்கை நடப்புகளைப் பார்த்து மனத்தில் பல கனவுகள் உருவாகி விடுகின்றன. வாழ்க்கையையும் உறவுகளையும் அந்தக் கனவுகளை நிறைவேற்றிக்கொள்ளும் களமாகவே பார்க்கிறோம். இது நியாயமானது, இதுதான் வாழ்க்கை என்றுகூட நம்புகிறோம். ஆனால் இந்த வாழ்முறை நம் சந்தோஷத்தைக் கெடுக்கிறது. உறவு என்பதன் மகத்துவத்தைச் சிதைக்கிறது. வாழ்க்கையை அனுபவிக்காமல் பயன்படுத்திக்கொள்ள நினைக்கும் மனோபாவம் அதன் உன்னதத்தைக் குலைக்கிறது. உறவின் ஆரம்பக் கட்டங்களில் நம் கனவுகளை அந்த மற்றவர் நிறைவேற்றுவார் என்ற எதிர்பார்ப்பு ஏற்படுகிறது. ஆனால் கொஞ்ச நாட்களுக்குப் பிறகு அதில் சந்தேகம் ஏற்படும் பட்சத்தில் விலகிப் போய்விடுவதும் நடக்கிறது. அந்தப் பெண்ணிடம் நேரடியாகக் கேளுங்கள். பதில் சொல்லவில்லை என்றால் உங்கள் வாழ்க்கையை மேற்கொண்டு நடத்துங்கள். அந்த ஒரு பெண்ணை நம்பி நீங்கள் பிறக்கவில்லை என்பதை நினைவில் வைத்துக்கொள்ளுங்கள்.

வாரம் 9

குடும்ப அமைப்பு

சமூகம் தன் நிர்வாக வசதிகளுக்காகக் குடும்பம் என்னும் அமைப்பையும் அதில் பல உறவுமுறைக் கட்டமைப்புகளையும் உருவாக்கி வைத்திருக்கிறது. தாய், தந்தை, சகோதர சகோதரியினர், கணவன், மனைவி, மகன், மகள், மாமன், மாமி, அத்தை, சித்தப்பா, சித்தி, பெரியப்பா, பெரியம்மா, என்று பல உறவுகள். ஒவ்வொரு உறவுக்கும் அதற்கான பொறுப்புகள், அந்தப் பொறுப்புகளை நிறைவேற்று வதற்குத் தேவையான அதிகாரம், இவற்றையும் சமூகம் தந்திருக்கிறது.

உறவுமுறை என்பது வேறு, அதைப் பயன்படுத்தும் நபர் வேறு என்னும் தெளிவு இல்லாமல் போகும்போது பல சிக்கல்கள் உருவாகின்றன. சமூகம் தந்த அதிகாரத்தைத் தன் சொந்த அதிகாரம் என்று பல பெற்றோர் நினைத்துக்கொண்டு விடுகிறார்கள். அப்படிச் செய்யும்போது அவர்கள் அந்த அதிகாரத்தைத் துஷ்பிரயோகம் செய்கிறார்கள். சமூகத்தின் இயக்கம் தடம் மாறிப் போகிறது. மனித உறவுகள் தனக்குள் இருந்து இயங்காமல் போய், சமூகத்தால் நிர்ணயிக்கப்படும் நிலை ஏற்படுகிறது. இது போன்ற சிக்கல்கள்தான் இன்று பெரும் குழப்பங்களை விளைவித்திருக்கின்றன.

தனி மனிதனாகத் தனக்கான சொந்தப் பொறுப்பை சரியாகப் புரிந்து வைத்திருக்கும் நபர்கள்தான் சமூகப் பொறுப்புகளையும்

அதிகாரத்தையும் சரியாகப் பயன்படுத்த முடியும். அப்போதுதான் சமூக உறவுகள் சீராக இயங்க முடியும். ஆனால் அம்மாதிரியான நபர்கள் உலகில் மிகவும் குறைவாகவே இருக்கிறார்கள். இதுதான் இன்றைய நிலைமை. இந்த நிலை மாறவேண்டும். தனிமனிதன் என்பது என்ன என்பது பற்றிய தெளிவு பிறக்கவேண்டும்.

○

✸ நான் பொறியியல் இறுதியாண்டு படிக்கும் மாணவன். என் குடும்பத்தில் அப்பா, அம்மா, நான், மற்றும் தங்கை என நான்கு பேர் இருக்கிறோம். என் தங்கையும் பொறியியல் படித்துக் கொண்டிருக்கிறாள். என் அம்மாதான் குடும்பத்தையும், எங்கள் படிப்பையும் கவனித்துக்கொள்கிறார். நானும் என் தங்கையும் வங்கியில் கடன் வாங்கித்தான் படித்துக்கொண்டிருக்கிறோம். என் அப்பா உறவினர்கள், அக்கம்பக்கத்தினர் எனத் தெரிந்தவர்கள் அனைவரிடமும் கடன் வாங்கிக் குடும்பத்தில் தொடர்ந்து பிரச்னையை உண்டாக்கிக் கொண்டிருக்கிறார். எங்களையும், அம்மாவையும் அடிப்பது, திட்டுவது என மிக மோசமாக நடந்துகொள்கிறார். அவர் வேலைக்கும் தொடர்ந்து செல்வதில்லை. எங்கள் அப்பாவால் நிறையப் பணப் பிரச்சினையில் மாட்டிக்கொண்டிருக்கிறோம். என் அப்பாவை எப்படிச் சமாளிப்பது?

✸ உலகில் நான்கு விதமான மனிதர்கள் இருப்பதாக நான் எங்கோ படித்திருக்கிறேன். தனக்குத் தெரியாது என்பதைக்கூட அறியாதவர்கள்; தனக்குத் தெரியாது என்பதை அறிந்தவர்கள்; தனக்குத் தெரியும் என்பதை அறியாதவர்கள்; தனக்குத் தெரியும் என்பதை அறிந்தவர்கள்.

இவர்களில் முதல் வகையினருக்கு யாரும் எதையும் சொல்ல முடியாது. ஏனெனில் அவர்கள் தனக்கு ஏற்கனவே எல்லாம் தெரியும் என்ற எண்ணம் கொண்டவர்கள். இந்த வகையினர்தான் உலகில் பெரும்பலோர். உங்கள் தந்தையும் இது போன்றவர்தான் என்று தோன்றுகிறது. இவர்களின் செயல்கள் தமக்கும் பிறருக்கும் தீங்கு விளைவிக்கக் கூடியவை. கணவர், தந்தை என்ற காரணத்தால் மட்டுமே இவரை நீங்கள் சகித்துக்கொண்டிருக்கிறீர்கள் என்றுதான் நினைக்கிறேன். எக்காரணம் கொண்டும் அவருக்குப் பணம் தர வேண்டாம் என்று உறவினர்களிடமும் தெரிந்தவர்களிடமும் கௌரவம் பார்க்காமல் வெளிப்படையாகச் சொல்லிவிடுங்கள். அவர் செய்வது குடும்ப வன்முறை என்பதையும், அது சட்டப்படி குற்றம் என்பதையும் சொல்லுங்கள். தன்னை அவர் மாற்றிக்கொள்ளவில்லை என்றால் சட்டப்படி நடவடிக்கை

எடுக்கத் தயங்க மாட்டோம் என்றும் பயப்படாமல் சொல்லுங்கள். தயவு தாட்சண்யம் பார்க்கவேண்டாம். உங்களை நீங்கள் மதிக்கும் பட்சத்தில் நீங்கள் மூவரும் செய்யவேண்டியது இதுதான்.

❍

✸ *நானும் என் தோழியும் பள்ளி, கல்லூரியில் ஒன்றாகப் படித்தோம். இப்போது என் தோழி வேலை செய்துவருகிறார். கல்லூரி இறுதியாண்டு படிக்கும்போது என் தோழி ஒருவனைக் காதலித்தாள். அவன் எனக்கும் நல்ல நண்பன். அவர்கள் காதலுக்குத் தொடர்ந்து நான் உதவிகள் செய்துவந்தேன். இப்போது அவர்கள் இருவருக்கும் பிரச்னை. அதனால் பேசிக்கொள்வதில்லை. இருவரும் ஆரம்பத்தில் இருந்தே அவர்கள் காதலில் வரும் பிரச்சினையை என்னிடம்தான் பகிர்ந்துகொள்வார்கள். இப்போது அவர்கள் இருவரும் பிரிந்துவிடுவார்கள்போல் தெரிகிறது. இது என்னைப் பாதிக்கிறது. நான் என்ன செய்ய வேண்டும்?*

❁ ஒரு விஷயத்தைச் சரியாகப் புரிந்துகொள்வதற்கு தக்க இடைவெளி தேவை. இடைவெளி என்பதே இல்லாமல் அவர்கள் உறவில் நீங்கள் பங்குகொள்ளும்போது, உங்கள் கண்ணோட்டம் தவறாகப் போகிறது. உள்ளதை உள்ளபடி உங்களால் பார்க்க முடிவதில்லை.

தோழி என்னும் உறவின் வரையறைகளை நினைவில் வைத்துக் கொள்ளுங்கள். அவர்களின் பிரிவு உங்களுக்கு வருத்தத்தைத் தரலாம். அது நியாயமானதுதான். ஆனால் அதனால் நீங்கள் பாதிக்கப்படுவது என்பது சரியல்ல. அது அவர்களின் வாழ்க்கை. இதை நீங்கள் புரிந்துகொள்ளவில்லை என்றால் உங்கள் வாழ்க்கையை நீங்கள் வாழாமல் அவர்களின் வாழ்க்கையுடன் ஒன்றிப் போய்விடும் ஆபத்து இருக்கிறது. இது உங்களைப் பெரும் வேதனைக்கு இட்டுச் சென்றுவிட முடியும். அவர்களின் முடிவு எதுவானாலும் ஏற்றுக் கொள்ளுங்கள். உங்கள் சொந்த அனுபவத்திலிருந்துதான் நீங்கள் வாழ்க்கை பற்றிக் கற்றுக்கொள்ள முடியும் என்பதைப் புரிந்துகொள்ளுங்கள்.

வாரம் 10

தொடக்கமும் முடிவும்

தொடக்கம் உள்ள எல்லாவற்றிற்கும் முடிவும் உண்டு. தொடக்கமற்றது ஏதேனும் இருந்தால் அதற்கு மட்டும்தான் முடிவு என்பது இல்லாமல் இருக்க முடியும். உறவு என்பதன் தொடக்கம், இயக்கம், முடிவு என்பது நாம் இன்னும் அறியாத ஏதோ ஒரு இலக்கணத்தின்படிதான் நடக்கிறது. நம் வாழ்வில் நாம் ஒருவரைப் புதிதாகச் சந்திக்கும்போது, அதுவரையில் நமக்குள் வெளிப்பட்டிருக்காத ஒரு புதிய அம்சம் வெளிப்படுகிறது. அது நமக்கே புதியதாக இருக்கிறது. புதிதாக நாம் பிறந்துவந்தது போலிருக்கிறது. அதனால் அந்த நபர் நமக்கு மிகவும் முக்கியமாகப் போய்விடுகிறார். வாழ்க்கையின் ஓட்டத்தில் அந்த நபர் நம்மைவிட்டு விலகிப் போய்விட நேரும்போது நமக்கு அந்தப் புதிய அம்சத்தை இழந்துவிடும் உணர்வு ஏற்படுகிறது. அச்சம் கவிகிறது. உண்மையில் அந்த அம்சம் நம்மிடத்தில்தான் இருக்கிறது. அதை நாம் இழக்க முடியாது. அந்த நபர் ஒரு நிலைக்கண்ணாடி போன்றவர்தான். அதில் நம் பிரதிபலிப்பை நாம் கண்டுகொண்டோம். நாம்தான் முக்கியம். நிலைக்கண்ணாடி இல்லை. இது புரிந்துவிட்டால் நம் சுய மதிப்பையும் நாம் அறிந்துகொள்ள முடியும். அந்த நபருக்கு நன்றி சொல்லி அனுப்பிவிடலாம். அதன் பிறகு வாழ்வின் அடுத்த கட்டத்தில் நமக்காகக் காத்திருக்கும் புதிய உறவுகளின் வழியாக, நம்மிடம் இருக்கும் மேலும் புதிய அம்சங்களை அறிந்துகொள்ளத் தயாராக முடியும்.

❋ நான் கடந்த 12 வருடங்களாகத் திருமணத்திற்கு பெண் தேடிக் கொண்டே உள்ளேன். நான் இண்டர்நெட்டில் சாட்டிங் செய்யாத அழகான பெண்ணைத் திருமணம் செய்துகொள்ள விரும்புகிறேன். மதம் வயது பிரச்னை இல்லை. நான் ஒரு கம்யூனிஸ்ட். நல்ல வேலையில் உள்ளேன். நல்ல சம்பளம் வாங்குகிறேன். ஆனால் எனக்கேற்ற பெண் கிடைக்கவே இல்லை. என்னிடம் என்ன பிரச்னை? எனக்கு ஒரு பதில் சொல்லுங்கள்.

❈ நீங்கள் பெண் தேடிக்கொண்டிருக்கிறீர்களா அல்லது தவிர்த்துக்கொண்டிருக்கிறீர்களா என்றுதான் கேட்கத் தோன்றுகிறது. என்ன மாதிரியான பெண் வேண்டாம் என்று உங்களுக்கு இருக்கும் தெளிவின் அளவுக்கு என்ன மாதிரியான பெண் வேண்டும் என்ற தெளிவு இருக்கிறதா என்று சிந்தியுங்கள். உங்களைப் பற்றியே உங்களுக்கு என்ன தெளிவு இருக்கிறது? நீங்கள் ஒரு கம்யூனிஸ்ட் என்கிறீர்கள். அது உங்கள் சமூக நம்பிக்கை சார்ந்த விஷயம். அது நீங்கள் அல்ல. நீங்கள் ஒரு கம்யூனிஸ்டாகப் பிறக்கவில்லை. உங்கள் சுய அடையாளம் பற்றிய தெளிவு உங்களுக்கு இல்லை என்பது வெளிப்படையாகத் தெரிகிறது. உங்களைப் பற்றி இன்னும் தீவிரமாகச் சிந்தியுங்கள். இதுபற்றி நண்பர்களிடம் பேசுங்கள். தேவையென்றால் உளவியல் ஆலோசகரை அணுகுங்கள்.

○

❋ நான் ஒரு கல்லூரி மாணவி. நான் ஒருவரைக் காதலிக்கிறேன். அவரும் என்னைக் காதலிக்கிறார். நாங்கள் பேஸ்புக்கில்தான் அறிமுகம் ஆனோம். முதலில் பேஸ்புக்கில் நட்புடன்தான் பேசிக்கொண்டிருந்தேன். பிறகு அது காதலாக மாறியது. என் காதலர் வீட்டிற்கு நாங்கள் காதலிப்பது தெரியும். எங்கள் காதலை அவர்கள் ஏற்றுக்கொண்டார்கள். என்னுடைய காதலர் டிப்ளோமா படித்துக்கொண்டு பகுதிநேரமாக வேலை பார்த்துக்கொண்டிருக்கிறார். அவருக்கு ஒரு நல்ல வேலை கிடைத்தவுடன் என் காதலைப் பற்றி என் வீட்டில் சொல்லலாம் என்று இருக்கிறேன். நான் காதலரை முழுமையாக நம்புகிறேன். ஆனால், என் நண்பர்கள் இது பேஸ்புக் காதல். இதை நம்பமுடியாது என்று சொல்கின்றனர். உன் காதலன் உன்னை ஏமாற்றுவதற்கு நிறைய வாய்ப்புகள் இருக்கின்றன என்று சொல்கின்றனர். இதனால் நான் குழப்பத்தில் இருக்கிறேன். நான் என் பெற்றோரிடம் இந்தக்

காதலைப் பற்றி எப்போது சொல்வது? நான் என் காதலரை நம்புவதா? இல்லை சந்தேகப்படலாமா?

* ஃபேஸ்புக் மூலமாக அறிமுகம் ஆனார் என்ற ஒரே காரணத்தால் அவரை நம்ப முடியாது என்பது சரியல்ல. ஒருவரை நம்புவதற்கும் நம்பாமல் இருப்பதற்கும் இன்னும் ஆழமான காரணங்கள் தேவை. உங்களை நீங்கள் எந்த அளவுக்கு நம்புகிறீர்கள்? நண்பர்கள் சொன்னவுடனே உங்களுக்கு ஏன் சந்தேகம் வருகிறது? நம் மனத்துக்கு ஏதோ ஒரு பிடிப்பு தேவைப்படுகிறது. ஏதாவது கிடைத்தால் உடனே கெட்டியாகப் பிடித்துக் கொண்டுவிடுகிறோம். கூடவே ஒரு பயம் நம்மைப் பற்றிக்கொள்கிறது. நம் பயங்களுக்குக் காரணம் நம்மைப் பற்றிய தெளிவு நமக்கு இல்லை, நம் மீது நமக்கு நம்பிக்கை இல்லை என்பதுதான். இதுவரையில் நீங்கள் பழகியதை வைத்துக்கொண்டு உங்கள் காதலர் பற்றி ஒரு சரியான முடிவுக்கு வர உங்களால் முடியும். கொஞ்ச நாட்களுக்கு இதுபற்றி வேறு யாரிடமும் பேசாமல் ஒரு தவம்போல் உங்களுக்குள்ளேயே பார்த்துக்கொண்டிருங்கள். தெளிவு பிறக்கும். வாழ்க்கையின் போக்கை நம்புங்கள். அது தருவதை ஏற்றுக்கொள்ளுங்கள்.

○

* நான் முதுகலைப் பட்டம் படிக்கும் மாணவி. எனக்கு நண்பர்கள் என்றால் மிகவும் பிடிக்கும். ஆனால் எல்லாரிடமும் நன்றாகப் பேசிப் பழக எனக்கு வராது. பிடித்தவர்களிடம் மட்டும் நன்றாகப் பேசுவேன். இந்தப் பழக்கம் சரியல்ல என்பது எனக்குத் தெரியும். அதை மாற்ற நான் முயற்சி செய்து வருகிறேன். தற்போது என் தோழி ஒருத்திக்குத் திருமணம் நடக்க இருக்கிறது. அவளுக்கு நிச்சயதார்த்தம் செய்வதற்கு முன்பு வரை என்னிடம் எல்லா விஷயங்கள் பற்றியும் பேசுவாள். அவளுடைய பர்சனல் விஷயங்களும் எனக்குத் தெரியும். என்னுடைய பர்சனல் விஷயங்களும் அவளுக்குத் தெரியும். நான் செய்யும் எல்லா விஷயங்களையும் அவளிடம் பகிர்ந்துகொள்வேன். சில முடிவுகளும் அவளிடம் கேட்டுச் செய்வேன். எங்களுக்குள் எந்த ஒளிவு மறைவும் இருக்காது. தற்போது அவளுக்கு நிச்சயம் செய்யப்பட்ட நபரோடு அவள் பேசுகிறாள். தற்போது அவளால் என்னிடம் சில விஷயங்களைப் பேச முடியவில்லை. முன்பு போல் அவள் என்னிடம் பேசுவதில்லை. அது எனக்கு மிகுந்த வருத்தத்தைத் தருகிறது. அவளுக்குத் திருமணம் நடக்கவிருக்கிறது. கணவன்

– மனைவி இடையே உள்ள விஷயங்களை அவளால் என்னிடம் பகிர்த்துகொள்ள முடியாது என்பது எனக்கு புரிகிறது. நான் கணவன் – மனைவி உறவு பற்றியும் அவளிடம் கேட்கவில்லை. நண்பர்களுக்கும் சில எல்லைகள் உண்டு, என்னால் திருமணம் செய்த பிறகும் உன்னிடம் முன்புபோல் பேச முடியாது. இனி பொதுவாகப் பேசிக்கொள்வோம் என்று அவள் சொல்கிறாள். எனக்கு என் கணவர், குழந்தைகள் தான் முக்கியம். உன்னிடம் பேசிகொண்டிருந்தால் என் திருமண வாழ்க்கை நன்றாக இருக்காது என்று கூறுகிறாள். ஏன், திருமணம் செய்த பிறகும் பழையபடி நல்ல நண்பர்களாக இருக்க முடியாதா? பேசும் நேரம் குறைந்தாலும் பழையபடி நல்ல நண்பர்களாக இருக்க முடியாதா? அதோடு இவ்வளவு நாள் என்னிடம் நன்றாக பேசிவிட்டுத் தற்போது வேறு ஒருவருக்காக என்னிடம் பேசுவதைக் குறைத்துக் கொள்வதை என்னால் ஏற்க முடியவில்லை. எனக்கு மிகவும் மன வருத்தமாக இருக்கிறது. சில நேரம் அழுகைகூட வருகிறது. நான் உறவுகளைத் தவறாகப் புரிந்துகொள்கிறேனோ என்று எனக்குத் தோன்றுகிறது. என்மேல் எனக்குக் கோவமாக வருகிறது. நான் இதில் இருந்து மீண்டு வர ஏதேனும் வழி சொல்லுங்க.

● எல்லாரிடமும் நன்றாகப் பேசிப் பழக வராது என்கிறீர்கள். அதனால்தான் உங்களுக்கு நண்பர்கள் மிகவும் குறைவாக இருக்கிறார்கள். அதே காரணத்தால் ஒருவரிடம் மட்டும் உங்கள் பிரியம் அனைத்தையும் கொட்டி வைத்திருக்கிறீர்கள். அந்தச் சிநேகிதி தன் வாழ்க்கையின் மேல் கவனம் செலுத்துவது உங்களை அச்சம் கொள்ளச் செய்கிறது. உங்கள் சிநேகிதிக்கு உங்களிடமிருந்து இதுவரையில் கிடைத்த பிரியமும் ஆதரவும் வேறு இடத்தில் கிடைக்கத் தொடங்கியிருக்கிறது. அது இயற்கைதான். சரி, இதில் உங்கள் வாழ்க்கை எங்கே இருக்கிறது? உங்கள் எதிர்காலம், உங்கள் கணவர், குழந்தைகள், இவைபற்றி எந்தச் சிந்தனையும் உங்களுக்கு இல்லையா? வாழ்க்கை தன் வரைபடத்தை எப்போதும் மாற்றி மாற்றி எழுதிக்கொண்டேதான் இருக்கிறது. உங்கள் நட்பின் புதிய வடிவத்தை ஏற்றுக்கொள்ளுங்கள். மேற்கொண்டு உங்கள் வாழ்க்கை செல்லும் திசையில் கவனம் செலுத்துங்கள். உங்கள் எதிர்காலம் பற்றிச் சிந்தியுங்கள். வாழ்த்துக்கள்.

வாரம் 11

அகத் தேவைகளும் புறத் தேவைகளும்

எந்தப் பெற்றோராலும் தம் பிள்ளைகளின் உணர்ச்சித் தளத் தேவைகளை முழுமையாக நிறைவேற்ற முடியாது. குறிப்பாக ஒரு குழந்தை தன் உள்ளத்தின் தேவைகளை நிறைவேற்றிக் கொள்வதற்குத் தன் தாயைத்தான் எதிர்பார்க்கிறது. வளர்ச்சிப் பருவத்தில் சில தெளிவான கட்டங்கள் உண்டு. அதுபற்றிய தெளிவில்லாத சில தாய்மார்கள் மிகவும் சீக்கிரமாகவே தன் குழந்தையைச் சமூகச் சட்டகத்துக்கு உட்படுத்தும் வேலையைத் தொடங்கிவிடுவதுண்டு. சில தாய்மார்கள் அளவுக்கு அதிகமான கண்டிப்புடன் நடந்துகொள்வதும் உண்டு.

தன் தாயுடன் கொள்ளும் உறவின் வழியாகத்தான் குழந்தை தான் இருப்பதையே தெரிந்துகொள்கிறது. தன் இருப்பின் பிரதிபலிப்பாகத்தான் தாயையே பார்க்கிறது குழந்தை. வளர்ச்சிப் பருவங்களின் அடுத்தடுத்த கட்டங்களில் குழந்தைக்குத் தாய் மட்டும் போதாது. தேவைகள் பல பரிமாணங்கள் கொண்டவை.

இதுபோன்ற சந்தர்ப்பங்களில் தன் அகத் தேவைகள் முழுமையாகப் பூர்த்தியாகாத குழந்தையின் மனம் வெளியுலகத்தில் யாரையோ தேடத் தொடங்கிவிடுகிறது. யாருடன் இருக்கும்போது நாம் நம்முடன் நெருக்கமாக உணர்கிறோமோ அவர்களை மனம் சட்டென்று பிடித்துக்கொண்டு விடுகிறது. அலைபாயும் நம் நெஞ்சில் அவர்கள்

ஒரு நங்கூரம் போல் ஆகிவிடுகிறார்கள். அவர்கள்தான் நமக்கு அமைதியை அளிக்கிறார்கள்; உள்ளத்தில் அன்பைப் பெருகச் செய்கிறார்கள்; சந்தோஷத்தைத் தருகிறார்கள் என்று நாம் நம்பத் தொடங்கிவிடுகிறோம். அதன்பின் அவர்கள் இல்லாத வாழ்க்கையை நம்மால் நினைத்துக் கூடப் பார்க்க முடிவதில்லை. அந்த நினைப்பே மனத்தில் பெரும் பீதியைக் கிளப்புகிறது.

அதற்குப் பின்தான் பிரச்னை தொடங்குகிறது. அந்த நபர் நம் மனத்தின் சமநிலைக்கு அவசியமாகப் போய்விடுவதால் அந்த நபரை நாம் கட்டுப்படுத்தத் தொடங்கிவிடுகிறோம். அவர் நமக்கு மட்டுமே சொந்தமாக இருக்க வேண்டும் என்ற மனோபாவம் ஏற்பட்டுவிடுகிறது. மற்ற யாரிடமாவது அவர் சிரித்துப் பேசினாலோ நேரம் செலவழித்தாலோ நம்மால் அதைப் பொறுத்துக்கொள்ள முடிவதில்லை. உள்ளே பயம் வருகிறது. வெளியே அது கோபமாய் வெளிப்படுகிறது. மனத்தில் முரண் ஏற்படுகிறது. உறவு சிக்கலாகிறது. நீண்ட காலமாக இருந்துவரும் உறவே முறிந்து போய்விடும் சாத்தியம் கூட இருக்கிறது. வாழ்க்கையின் ஓட்டத்தில் நாமும் கூடவே அகவளர்ச்சி அடைய வேண்டும். அப்போதுதான் இப்படி எந்த ஒரு கட்டத்திலும் சிக்கிக்கொண்டுவிடாமல் தப்பிக்க முடியும்.

❍

✸ *நான் பன்னிரெண்டாம் வகுப்பு படித்துக்கொண்டிருக்கிறேன். என்னோட பெஸ்ட் ஃப்ரெண்டை விட்டு நான் இதுவரை பிரிந்ததே கிடையாது. கிட்டதட்ட 5ஆம் வகுப்பிலிருந்து நாங்கள் இணைந்தேதான் திரிந்திருக்கிறோம், படித்து வருகிறோம். 11ஆம் வகுப்பில் குரூப் தேர்ந்தெடுக்கும்போதுகூட ஒரே குரூப்பை தேர்ந்தெடுத்தால்தான் சேர்ந்திருக்க முடியும் என்பதால் பையாலஜி, மாத்ஸ் தேர்ந்தெடுத்தோம். நான் அவளோடு மட்டும்தான் பேசுவேன், பழகுவேன். ஒரு நாள் அவள் பள்ளிக்கு வரவில்லை என்றால் அன்றைக்கு எனக்கு கையும் ஓடாது, காலும் ஓடாது. ஆனால் அடுத்து இருவருக்கும் ஒரே கல்லூரியில் சீட் கிடைக்குமா எனத் தெரியவில்லை. அதை நினைத்தாலே எனக்குப் பயமாக இருக்கிறது. இதனாலேயே என்னால் படிப்பில் கூட கான்சண்ட்ரேட் பண்ண முடியவில்லை.*

❁ ஐந்தாம் வகுப்பிலிருந்தே இருவரும் ஒன்றாகப் பழகிவருகிறீர்கள். அப்போது ஏற்பட்ட நெருக்கம் ஏழு வருடங்களாக இன்னும் தொடர்ந்து வருகிறது. நல்லதுதான். ஆனால் உங்கள் உறவும் ஏன் உங்களுடன் சேர்ந்து வளரவில்லை? ஏன் அது இன்னும் அங்கேயே தங்கிவிட்டது? ஏன் அதில் எந்த முதிர்ச்சியும்

நிகழவில்லை? உங்கள் கேள்வியைப் படிக்கும்போது, ஒரு வளர்ந்த பெண் கேட்கும் கேள்வியாகத் தெரியவில்லை. சற்றுச் சிந்தியுங்கள்.

உறவின் ஓட்டமும் வாழ்க்கையின் ஓட்டமும் ஒன்றுதான். வாழ்க்கையை வாழவேண்டும். உறவை அனுபவிக்க வேண்டும். கூடவே அகவளர்ச்சி அடையவேண்டும். இல்லாவிட்டால் பயமும் தவிப்பும்தான் மனத்தில் நிறையும். உங்கள் பயத்தின் காரணமாக வாழ்க்கையின் சகல அம்சங்களையும் கட்டுப்படுத்த நினைக்கிறீர்கள். இது உங்கள் மனத்தில் சிக்கலையும் குழப்பத்தையும் மன அழுத்தத்தையும்தான் விளைவிக்கும். மாறாக, வாழ்க்கையின் ஓட்டத்தை ஒவ்வொரு கட்டத்திலும் ஏற்றுக்கொண்டு நீங்களும் கூடவே சென்றால், உறவும் வாழ்க்கையும் ஒவ்வொரு கட்டத்திலும் புதிய பரிமாணங்களைத் திறந்துகாட்டிக்கொண்டே செல்லும். எந்தவிதக் கட்டுப்பாடும் அவசியமில்லை. அன்பும் சந்தோஷமும் இயல்பாக நிறைந்திருக்கும். உங்கள் வாழ்க்கையும் உங்கள் பெஸ்ட் ஃப்ரெண்டின் வாழ்க்கையும் ஒன்றல்ல. நீங்கள் இருவரும் அவரவர் வாழ்க்கையைத்தான் வாழமுடியும். அவரவர் வாழ்க்கையை நட்புடன் வாழுங்கள். நட்பு ஒரு விலங்காக ஆகிவிடக்கூடாது.

வாரம் 12

சமூக அமைப்பு

சமூக அமைப்பு என்பது மனித வாழ்க்கையின் நிர்வாகத்திற்காக ஏற்படுத்தப்பட்டது. அதுவும் மனிதர்கள் பெருமளவுக்குத் தன்னுணர்வும் அறிவுணர்வும் இல்லாத காலத்தில் இன்று உள்ள அமைப்பு ஏற்படுத்தப்பட்டது. இன்று அறிவுணர்வு கணிசமான அளவு அதிகரித்திருக்கிறது. ஆனாலும் அதே சமூகக் கோட்பாடுகள் இன்னும் ஆட்சி செலுத்துகின்றன. இந்தச் சமூகக் கோட்பாடுகள் எல்லா விஷயங்களையும் ஒரு அமைப்புக்குள், ஒரு சட்டகத்திற்குள், கொண்டுவந்துவிட முயல்கின்றன. மனிதப் பிரக்ஞையில் அந்தச் சட்டகத்தினுள் அடைத்துவிட முடியாதபடி இருப்பவை முக்கியமாக உறவுகளும் உணர்ச்சிகளும் கற்பனை செய்யும் திறனும்தான். அதனால் உணர்ச்சிகளையே சமூகம் நிராகரிக்கிறது. இதற்குக் காரணம் உணர்ச்சிகளின் வெளிப்பாடு சமூக அமைப்பையே சிதைத்துவிடும் என்னும் பெரும் பயம்தான். இதனால் துயரம், கோபம், பயம், சந்தோஷம் என்னும் நான்கு அடிப்படை உணர்ச்சிகளைச் சமூகம் பெருமளவுக்கு அனுமதிப்பதில்லை. கற்பனைத் திறனையும் அது ஊக்கப்படுத்துவதில்லை. அல்லது அதைப் பொய்யாகப் பயன்படுத்துவதை ஊக்குவிக்கிறது. இதனால்தான் ஆழம் ஏதுமற்ற, இலக்கற்ற கதைகள், கவிதைகள் என்று பல விஷயங்கள் இன்று சுதந்திரமாக நடமாடுகின்றன. உணர்ச்சிகளைச் சமூகம் நிராகரிப்பதால் உணர்ச்சிகள் மனத்தில் புதைக்கப்படுகின்றன. அல்லது பின்னுக்குத்

தள்ளப்படுகின்றன. இவ்வாறு மறுக்கப்பட்ட உணர்ச்சிகள் தம் சுயநிலை பிறழ்ந்து வன்முறையாகவும் வக்கிரமாகவும் திரிந்துபோகின்றன. சமூக இயக்கம் தாறுமாறாகப் போய்விடுகிறது. வாழ்க்கையின் நிர்வாகத்திற்காக ஏற்படுத்தப்பட்ட சமூக அமைப்பு வாழ்க்கையைச் சீர்குலைக்கிறது. இந்த நிலை மாறவேண்டுமானால் உணர்ச்சிகளின் முக்கியத்துவத்தை உணர்ந்து அவற்றிற்கான இடம் அளிக்கப்படவேண்டும். வளர்ந்துவரும் தன்னுணர்வும் அறிவுணர்வும் புதிய சமூகக் கோட்பாடுகளை உருவாக்கவேண்டும். சீர்குலைந்த நெறிகள் சீரமைக்கப்படுவது அவசியம். அவசரமும் கூட.

O

* பொறியியல் கல்லூரியில் மூன்றாம் ஆண்டு படித்துக் கொண்டிருக்கும் மாணவன் நான். எனக்கு இப்பொழுது பத்தொன்பது வயது. யாரோடும் சண்டை போடாமல், அமைதியாக இருப்பதுதான் என் இயல்பு. ஆனால் யாராவது என்னைச் சீண்டினார்கள் என்றால், உடனே கோபம் உச்சந்தலைக்கு எகிறிவிடுகிறது. என் கல்லூரியில் பலர் என்னைக் கேலி, கிண்டல் செய்கிறார்கள். அத்தகைய தருணங்களில் அடக்க முடியாத அளவுக்குக் கோபம் வருகிறது. நான் என்ன செய்கிறேன் என்பது எனக்கே புரியவில்லை. என்னை நான் எப்படி மாற்றிக் கொள்வது என்பதும் புரியவில்லை.

* சமூக அமைப்பு நம் பிரக்ஞையில் பல விஷயங்களை ஏற்றுக்கொள்வதில்லை. வளரும் பருவத்தில் அவற்றை உள்ளே அழுத்திவிடுகிறது. அவற்றை விடுத்த பொய்யான, அரைகுறையான ஆளுமையைத்தான் அது போற்றுகிறது. அதன் விளைவுதான் இப்போது நீங்கள் 'யாரோடும் சண்டை போடாமல், அமைதியாக இருப்பதுதான் என் இயல்பு' என்று சொல்கிறீர்கள். இது உண்மையில் உங்கள் இயல்பு அல்ல. உங்கள் உண்மையான இயல்பு, கோபம், பயம், துயரம் அனைத்தையும் உள்ளடக்கியதுதான். இந்தப் பொய்யான மனப்பாங்கை நிலைநிறுத்துவதற்காக நீங்கள் உள்ளே அழுத்திவைத்திருக்கும் கோபம்தான் பல நேரங்களில் உங்களை மீறி வெளிவந்துவிடுகிறது. போலியான ஒரு மன அமைப்பை நீங்கள் மேற்கொண்டிருக்கிறீர்கள். எல்லா உணர்ச்சிகளுக்கும் வாழ்க்கையில் அவற்றிற்கான இடம் உண்டு. அதை மறுப்பது புத்திசாலித்தனம் அல்ல. 'கோபமே படாதவர்' என்ற பொய்யான போலியான முகமூடி வேண்டாம். அழுத்திவைக்கப்பட்ட கோபம்தான்

வெளிவரும்போது அதிக வேகத்துடன் வெளிப்படும். இயல்பான கோபம் இவ்வளவு வேகமாக வெளிப்படாது. உங்களை நீங்கள் காப்பாற்றிக்கொள்ளக் கோபமும் அவசியம்தான். உங்களை உள்ளபடி ஏற்றுக்கொள்ளுங்கள். மனத்தில் இசைவும் சந்தோஷமும் குடிகொள்ளும்.

❍

✸ *நான் ஒரு கல்லூரி மாணவி. எனது பக்கத்து வீட்டில் இருப்பவரும் நானும் சிறுவயது முதல் அண்ணன், தங்கையாகப் பழகிக்கொண்டிருந்தோம். அவர் எனது வீட்டிற்கு வருவதுண்டு. நானும் அவரது வீட்டிற்குப் போவதுண்டு. தற்போது சில மாதங்களாக அவர் என்னிடம் பேசுவதே சரியில்லை. அவர் என்னிடம் உன்னைக் காதலிக்கிறேன் என்றெல்லாம் சொல்லவில்லை. ஆனால் ஒரு தங்கை என நினைத்து அவர் என்னிடம் பேசவில்லை என்பது புரிகிறது. அவரது வீட்டிற்குச் செல்லகூடத் தயக்கமாக இருக்கிறது. அவர் மிகவும் நல்லவர். எனது நண்பர்களும் பெற்றோரும்கூட அவர் மீது நல்ல நம்பிக்கையும், மரியாதையும் கொண்டுள்ளார்கள். இதனால் சமீபத்தில் அவர் நடவடிக்கையில் இருக்கும் மாற்றத்தைப் பற்றி என் பெற்றோர், நண்பர்களிடம்கூட என்னால் வெளிப்படுத்த முடியவில்லை. அவருக்கும் எனக்கும் 12 வருட வயது வித்தியாசம் இருக்கிறது. என்னதான் நல்லவராக இருந்தாலும் அவருக்கும் எனக்கும் உள்ள வயது வித்தியாசம் மிகப் பெரியது அல்லவா? ஒருவேளை நானும் அவரும் காதலித்தால் சிறுவயதிலிருந்தே காதலிக்கிறோம் என்று அனைவரும் தப்பாகப் பேசுவார்கள். அவர் வேறு சாதி என்பதால் என் வீட்டிலும் ஒத்துக்கொள்ள மாட்டார்கள். மிகவும் தெரிந்தவர் என்பதால் அவரை எப்படிச் சமாளிப்பது என்றே எனக்கு தெரியவில்லை. இது சாத்தியமா? சாத்தியமில்லையா? என்றும் புரியவில்லை.*

❁ உண்மையில் 'நல்லவன் – கெட்டவன்' என்றெல்லாம் எதுவும் கிடையாது. உணர்வுகளும் உணர்ச்சிகளும் கூத்தாடும் மேடைதான் மனித மனம். 'அண்ணன் – தங்கை'யாகப் பழகுவது என்பதெல்லாம் அச்சத்தின் காரணமாகச் சமூக உறவுகளில் ஏற்படுத்திவைக்கப்பட்டிருக்கும் பொய்யான கட்டுப்பாடுகள். அப்படி ஏதும் கிடையாது. உணர்ச்சிகள் மாறும்போது உறவுகள் மாறும். பார்க்கும் பார்வை மாறிப் போகும். நீங்கள் மிகவும் அப்பாவியாக இருப்பதாக எனக்குத் தோன்றுகிறது. உங்களை நீங்கள் காப்பாற்றிக்கொள்வது மிகவும் அவசியம். அந்த நபரிடம் ஏற்பட்டிருக்கும் மாற்றம்

உங்களுக்குப் பிடிக்கவில்லை என்பது தெரிகிறது. அவரிடம் உங்கள் எண்ணங்களை நேரடியாகச் சொல்வதற்குச் சற்றும் தயங்கவேண்டாம். 'உங்களிடம் ஏற்பட்டிருக்கும் மாற்றம் எனக்குப் பிடிக்கவில்லை,' என்று சொல்லிவிட்டு உடனடியாக அவரிடமிருந்து விலகிவிடுங்கள். பயப்படாதீர்கள். ஏமாந்து போய்விடாதீர்கள். விழித்துக்கொள்ளுங்கள். அஞ்சாமல் வாழ்க்கையை எதிர்கொள்ளுங்கள்.

வாரம் 13

சுயத்தின் விழிப்பு

வளர்ச்சிப் பருவத்தின் அதிமுக்கியமான கட்டம் சுயம் விழித்துக்கொள்வது. ஒரு புதிய சுய உணர்வு மலரும் அந்த உணர்வைத்தான் நாம் காதல் என்று நினைத்துக்கொள்கிறோம். அது வரைக்கும் அனுபவம் கொண்டிராத ஒரு உணர்ச்சி. ஒரு புதிய தன்னுணர்வு. யாரோ ஒருவர் நமக்காக மட்டுமே நம்மை விரும்புகிறார் என்பது உயிரைச் சிலிர்க்க வைக்கும் ஒரு உன்னத உணர்வு. அது வரையில் ஒரு மகனாக, மகளாக, சகோதரனாக அல்லது சகோதரியாக என்று மட்டுமே தெரிந்து, இப்போது அப்படி எதுவும் இல்லாமல் தனக்காகவே தான் முக்கியம் என்று ஒருவர் அனுபவம் கொள்ளும் தருணம் அது. அதற்கு முன்னாலும் பின்னாலும் நடக்க முடியாத அனுபவம். அதனாலேயே அது மிகவும் முக்கியத்துவம் வாய்ந்த அனுபவமாக இருக்கிறது. எந்த வயதிலும் இந்த அனுபவம் கிடைக்கலாம் என்பது உண்மையாக இருந்தாலும் பொதுவாக பதின்பருவத்தில்தான் இது நடக்கிறது. இந்த உலகத்தில் நம்மை ஒரு தனிச்சுயமாக நாம் அடையாளம் காணும் அற்புத அனுபவம் அது.

சராசரி அறிவைத் தாண்டாத சமூகம் இன்னும் இதைச் சற்றும் புரிந்துகொள்ளவில்லை. ஒருபக்கம் இதை மறுத்துக்கொண்டும், மறுபக்கம் திரைப்படங்களிலும் நாவல்களிலும் இதை பெரிதுபடுத்திக் காட்டிக்கொண்டும் இருக்கும் சமூகத்தின் பொய்முகம் இந்த அனுபவத்தின்

உன்னதத்தை மறைத்துச் சிதைத்துவிடுகிறது. இதன் உண்மையை சரியான விதத்தில் புரிந்துகொண்டால் மட்டுமே அந்த உன்னதம் தெரியவரும். அதற்குச் சமூகம் தன் பொய் முகமூடிகளைக் கழற்றிப் போட்டுவிட்டு, வாழ்க்கை அனுபவத்தின் வெளிச்சத்தில் இதைப் பார்க்கக் கற்க வேண்டும்.

○

✻ நானும் அவளும் 5 வயதிலிருந்து வகுப்புத் தோழர்கள். வளர, வளர எங்கள் நட்பும் சேர்ந்தே வளர்ந்தது. வெறும் தோழியாக மட்டுமில்லாமல் எனக்கு அறிவுரை சொல்லி, வழிநடத்துபவளும் அவளே. நான் 15 வயதை எட்டியபோது அவளிடம் எனக்கு இருந்தது நட்பு மட்டுமல்ல, காதலும்தான் எனத் தோன்றியது. உடனே அவளிடம் என் காதலை வெளிப்படுத்தினேன். ஆனால் முதலில் எந்தப் பதிலையும் அவள் சொல்லவில்லை. கிட்டத்தட்ட நான்கு வருடங்கள் கழித்து என் காதலை ஏற்றுக்கொண்டு, "நானும் உன்னைக் காதலிக்கிறேன்," என என்னிடம் சொன்னாள். நாங்கள் ஒரு வருடமாகக் காதலர்களாக இருந்தோம். ஆனால் திடீரென என்னைத் தவிர்க்க ஆரம்பித்தாள். "நான் உன்னைக் காதலிக்கவில்லை, தயவு செய்து புரிந்துகொள்," என்கிறாள். அவளிடம் ஏன் இந்தத் திடீர் மாற்றம் என்பது எனக்குப் புரியவில்லை. அவளை யார் குழப்பியிருப்பார்கள் என்று தெரியவில்லை. இப்பொழுது நான் என்ன செய்வது?

✻ உறவு என்பது மிகவும் இயக்கபூர்வமாக நடக்கும் ஒரு ஆழ்மன முறைப்பாடு. அதைச் சமூகம் கட்டிவைத்திருக்கும் மனித மேல்மனத்தின் எல்லைகளுக்குள் அடக்கிவிட முடியாது. யார் மீது எப்போது மனத்தில் பிடிப்பு ஏற்படும், எப்போது அது விட்டுப் போய்விடும் என்பதை யாராலும் கட்டுப்படுத்த முடியாது. இதைப் பொறுப்பற்ற செயலாகப் பார்க்கவேண்டியதில்லை. நமக்குள் ஒரு குழந்தை மனம் இருக்கிறது. அது எப்போதும் ஆதரவும் அரவணைப்பும் தேடிக்கொண்டிருக்கிறது. அதுதான் அதன் உள்ளியக்கம். நமக்குத் தெரிந்த, நாம் நன்றாக அறிந்த ஒருவரை அந்த மனம் பிடித்துக்கொள்வது இயல்பானது. ஆனால் அப்படிப் பிடித்துக்கொண்டால் நம் வளர்ச்சி தடைப்பட்டுப் போய்விடும். வளர்ச்சியின் முறைப்பாட்டில் இந்தப் பிடிப்பு விட்டுப் போய்விடலாம். யாராவது அவளைக் குழப்பியிருப்பார்கள் என்று நீங்கள் உங்களைக் குழப்பிக்கொள்ளத் தேவையில்லை. இவ்வளவு நெருக்கமான தோழி என்பதைக் கணக்கில் கொண்டு அவள் உணர்ச்சிகளை மதித்து, அவள் முடிவை

நீங்கள் எந்தக் கேள்வியும் கேட்காமல் ஏற்றுக்கொள்வதுதான் சரி. உங்கள் வலியும் வேதனையும் கூட உங்களை உங்கள் வளர்ச்சியின் பாதையில்தான் இட்டுச்செல்லும் என்பதையும் புரிந்துகொள்ளுங்கள்.

○

* நான் 18 வயதுப் பெண். சிறுவயது முதல் ஒரே வகுப்பில் படித்தாலும் நானும், அவனும் எப்பொழுதுமே எதிரும் புதிருமாகதான் இருந்திருக்கிறோம். பத்தாம் வகுப்பு முடித்தவுடன் அவன் வேறு பள்ளிக்கு மாற்றமாகி போய் விட்டான். அதன் பின் அவனைச் சந்திக்கவே இல்லை. ஆனால் ஒரு வருடத்திற்கு முன், திடீரென்று ஒரு நாள் அவனிடமிருந்து, "எப்படி இருக்க?" என ஒரு எஸ்.எம்.எஸ். வந்தது. நானும் "ஐ அம் ஓகே! ஆர் யூ ஓகே!"னு பதிலுக்கு எஸ்.எம்.எஸ். அனுப்பினேன். அப்புறம் எப்பவாச்சும் இருவரும் எஸ்.எம்.எஸ். பரிமாறிக்கொள்வோம். போகப் போக அவனிடமிருந்து எஸ்.எம்.எஸ். வந்தாலே நான் பரவசமாக உணர ஆரம்பித்தேன். இப்படி இருக்கச் சில மாதங்களுக்கு முன் ஒரு நாள் நான் பேருந்தில் பயணம் செய்யும் பொழுது அவனும் எதேச்சையாக அதே பேருந்தில் இருந்தான். இருவரும் நான்கு வருடங்கள் கழித்து அன்றுதான் மீண்டும் பார்த்துக் கொண்டோம். சகஜமாகப் பேசினோம், 'பை' சொல்லிப் பிரிந்தோம் அவ்வளவுதான். என் பள்ளி நாட்களில் இருந்த அளவுக்குக் கூட இப்பொழுது அவன் தோற்றம் வசீகரமாக இல்லை. ஆனால் எனக்கு என்ன ஆனது என்றே புரியவில்லை. அவனுடைய நினைவுகள் என்னை ஆட்கொண்டுவிட்டன. தினம் தினம் பேருந்தில் பயணிக்கும் போதெல்லாம் அவனும் அதே பேருந்தில் இருக்கமாட்டானா என மனம் ஏங்குகிறது. இதனால் நான் மன உளைச்சலுக்கு ஆளாகிறேன். என்னால் வேறெதையும் சிந்திக்க முடியவில்லை. இந்த எண்ணத்தை விட்டு வெளி வர வேண்டும். நான் முன்பு இருந்ததைப் போலவே சகஜமாக மாற வேண்டும். அதற்கு நான் என்ன செய்ய வேண்டும் என்று தயவு செய்து வழி காட்டுங்கள்.

* இந்த மனவலைப் பின்னலில் சிக்கிக்கொண்டுவிடாமல், இந்த எண்ணத்தை விட்டு வெளியில் வரவேண்டும் என்ற உங்கள் நோக்கத்திற்கு முதலில் என் வாழ்த்துக்கள்.

உங்களுக்குப் பதினெட்டு வயது. உங்களுக்குள் உங்கள் பெண்மை முழுச் சுய உணர்வுடன் விழித்துக்கொள்ளும் பருவம் இது. நம் எல்லோருக்குள்ளும் பெண்மை,

ஆண்மை இரண்டும் உண்டு. இந்த வயதில் ஆண்மையை உள்ளடக்கிய தன் முழுமையை அடையும் ஏக்கம் உங்கள் மனத்தில் எழுவது மிகவும் இயல்பானதுதான். இது ஒரு அக மன முறைபாடு. இதை நாம் தவறாகக் காதல் என்று நினைத்துக்கொள்கிறோம். வெளியில் ஒரு ஆணை நாடிப் போவது மனத்தின் செயல்பாடு. ஆனால் வெளியில் உள்ள எந்த நபரையும்விட அந்த ஏக்கம் அதிமுக்கியமானது. ஒரு தவம்போல் அந்த ஏக்க உணர்வுடன் இருங்கள். மிகவும் பொறுமை வேண்டும் அந்தத் தவத்திற்கு. ஆனால் கொஞ்ச காலம் அவ்வாறு நீங்கள் இருக்க முடிந்தால் உங்களுக்குள்ளே தனித்துவம் வாய்ந்த உங்கள் சுயம் மலரும் உன்னதம் நிகழும். அதற்கு எதுவும் ஈடில்லை. இப்போது யாருக்கும் எந்த வாக்கையும் கொடுத்துவிடாதீர்கள். உங்களுக்குள்ளேயே இருக்கும் ஆண்மையுடன் ஒன்றிணைந்துவிட்டால் அதன் பிறகு நீங்கள் வெளியில் உங்களுக்குப் பொருத்தமான ஒருவருடன் முழுமையான வாழ்க்கை வாழ முடியும்.

வாரம் 14

காதலின் மதிப்பு

காதல் என்பது இன்று மிகவும் மலினப்பட்டுப் போயிருக்கிறது. ஒரு ஆணும் பெண்ணும் ஒருவரையொருவர் பார்த்துக்கொள்ளும்போது இயல்பாக ஏற்படும் கிளர்ச்சியைக் காதல் என்று சொல்லிக்கொண்டிருக்கிறோம். காதலித்தாக வேண்டும் என்ற கட்டாயம் இன்று எல்லோரையும் பீடித்திருக்கிறது. அது ஒரு சமூகத் தகுதியாக ஆகிவிட்டிருக்கும் நிலைமைதான் இன்று இருக்கிறது.

காதல் என்பது உயிரின் துடிப்பு. 'நான் இருக்கிறேன்,' என்பதைத் தெரிந்துகொள்ளும் விழிப்புணர்வுதான் காதல். அந்த விழிப்பு முதலில் ஒருவர் நமக்காகவே நம்மை அங்கீகரிக்கும்போதுதான் ஏற்படுகிறது. இதுதான் 'உறவு' என்பதன் அடிப்படை. 'நான்' இருந்தால்தான் உறவு இருக்க முடியும். இந்த 'நான்' என்பது திமிரோ கர்வமோ அல்ல. அது சுயத்தின் கம்பீரம்.

திரைப்படங்கள், ஜனரஞ்சகப் பத்திரிகைகளில் வரும் கதைகள் போன்ற பொழுதுபோக்குச் சாதனங்கள் சொல்லித்தரும் இயந்திரத்தனமான வாழ்க்கை முறையின்படி 'காதல்' என்பதும் 'உறவு' என்பதும் மிகவும் கீழ்நிலைக்குத் தள்ளப்பட்டிருக்கின்றன.

இயந்திர கதியில் வாழும் வாழ்க்கையில் அச்சம் பெருமளவுக்கு நம்மைக் கட்டிப்போட்டு வைத்திருக்கிறது. அச்சம் அன்பை அழிக்கிறது. நம்

கண்களைக் கட்டிவைக்கிறது. அச்சத்தின் பிடியில் அகப்பட்டுக் கண்ணிருந்தும் குருடர்களாக நாம் இருக்கிறோம். சுயத்தின் கம்பீரம்தான் நம்மை அச்சத்தின் பிடியிலிருந்து விடுவிக்க முடியும். அந்த விடுபடல்தான் சுயம் வேர்கொண்டிருக்கும் உயிரின் ஆழத்தை நமக்குக் காட்டித் தர முடியும். அந்தப் பயணம் தொடங்கும் மணியோசைதான் உண்மையில் 'காதல்' என்னும் உன்னத உணர்வு.

○

✸ நான் சமீபத்தில்தான் என் படிப்பை முடித்துவிட்டு ஒரு பள்ளியில் ஆசிரியர் பணியில் சேர்ந்தேன். ஒரு பெண்ணைக் காதலிக்கிறேன். இதற்கு முன்னால் அவள் தன் மாமாவைக் காதலித்ததாகவும், ஆனால் அவரிடம் வெளிப்படுத்தவில்லை என்றும் சமீபத்தில் என்னிடம் கூறினாள். அதைத் தவிரவும் அவள் வீட்டில் குடியிருக்கும் ஒருவரைக் காதலித்து அவன் பெயரைத் தொடையில் எழுதி இருக்கிறாள். அவன் இவளிடம் கல்யாணம் செய்துகொள்கிறேன் எனக் கூறி மூன்று முறை உறவு கொண்டிருக்கிறான். இருவருக்குள்ளும் கடிதப் பரிமாற்றம் வேறு இருந்திருக்கிறது. இப்பொழுது என்னைக் காதலிக்கிறாள். "நான் உன்னிடம் உண்மையாக இருக்க வேண்டும் என மனதார நினைக்கிறேன்," எனச் சொல்கிறாள். நானும் அவளைக் காதலிக்கிறேன். ஆனால் இந்தப் பெண்ணை நான் திருமணம் செய்யலாமா? அது சரியான முடிவாக இருக்குமா என்பது எனக்கு மன உளைச்சலாகவே உள்ளது. இதற்கு தீர்வு என்ன?

✸ 'நானும் அவளைக் காதலிக்கிறேன்,' என்கிறீர்கள். அப்படி யென்றால் என்ன? அவள் செய்ததை எல்லாம் மன்னித்து அவளை ஏற்றுக்கொள்கிறீர்கள் என்று அர்த்தமா? அது உண்மையில் உங்களால் முடிகிறதா? அந்தப் பெண் சொல்வது உங்களைப் பாதிக்கிறது. உங்களால் அவள் சொல்லும் விஷயங்களை ஏற்றுக்கொள்ள முடியவில்லை. இதனால் உங்களுக்கு மன உளைச்சலாக இருக்கிறது.

காதலிப்பது என்பது உங்களுக்குப் பெருமையாக இருக்கக் கூடும். காதல் என்பது பற்றிய கற்பனை வடிவங்கள் உங்கள் மனத்தை மிகவும் ஆழமாகத் தம் பிடிக்குள் வைத்திருக்கின்றன என்பதாகத்தான் தெரிகிறது. அதன் பின்னணியில் உடனடியாக நடப்பதை மட்டும் பார்க்கிறீர்கள். ஆனால் திருமணம் செய்துகொள்வது என்பது ஒருநாள் இரண்டு நாள் விஷயமல்ல. உங்கள் ஆயுட்கால வாழ்க்கை சம்பந்தப்பட்டது. அதில் நீங்கள் மனநிறைவுடனும் சந்தோஷத்துடனும்

இருப்பீர்கள் என்ற நம்பிக்கை இருக்கிறதா உங்களுக்கு? இதில் அந்தப் பெண்ணுக்கும் உங்களுக்கும் பொறுப்புணர்வு என்பது எங்கே இருக்கிறது? தீர்க்கமான சிந்தனை ஏதுமின்றி விளையாட்டுத்தனமாக நீங்கள் இருப்பதாகத்தான் எனக்குப் படுகிறது. வாழ்க்கையைச் சற்றும் பொறுப்பில்லாமல் அணுகுகிறீர்கள் என்றுதான் தோன்றுகிறது. இது பெரும் துன்பத்தில் கொண்டுபோய்த் தள்ளிவிட முடியும். நன்றாகச் சிந்தித்துக் கவனத்துடன் முடிவெடுங்கள்.

❍

✸ நான் கல்லூரிப் படிப்பு முடித்துவிட்டு வீட்டில்தான் இருக்கிறேன். என் பெற்றோருக்கு ஜாதகத்தில் அதீத நம்பிக்கை உண்டு. அதுதான் என்னுடைய சிக்கலும்கூட. நான் பிறந்தது முதல் இன்றுவரை ஜாதகப்படிதான் எல்லாமே முடிவு செய்யப்பட்டிருக்கு. இதனால் என்னுடைய தனிப்பட்ட ஆசை, கனவுகள் அத்தனையும் நான் எனக்குளேயே பூட்டி வெச்சிருக்கேன். ஜோதிடம் நம்பிக்கை தொடர்பாக பல முறை என் அப்பாவிடம் சண்டை போட்டிருக்கேன். இதனால் அவரை விட்டு விலகவும் ஆரம்பிச்சுட்டேன். என் பெற்றோரைவிடவும் என் உறவினர்களோட இருக்கும் போதுதான் மகிழ்ச்சியாக இருப்பேன். ஆனால் ஜாதகம் பார்த்துப் பார்த்தே என் அப்பா உறவினர்களிடமும் சண்டை போட்டுப் பிரிஞ்சுட்டாரு. இப்பொழுது எங்களுக்கு சொந்தக்கார்களும் இல்லை. நாங்களும் ஒருவரோடு ஒருவர் சகஜமாகப் பேசிக்கொள்வது இல்லை. நான் மனித உறவுகள் மீது நம்பிக்கையோடு இருப்பவள். ஜாதகம் என்ற சொல்லைக் கேட்டாலே வெறுப்பின் உச்சத்துக்குப் போய்விடுகிறேன். ஆனால் சில சமயங்களில் ஜாதகத்தினால்தான் நம் குடும்பம் பிரிந்திருக்கிறதா? அதில் சொல்லப்படுவதெல்லாம் உண்மையாக இருக்குமோ என்றும் தோன்றுகிறது. இதில் எது சரி?

✿ ஜாதகம் உண்மையா பொய்யா என்பது விஷயமல்ல. ஏன் உங்கள் பெற்றோரைப் போல் சிலர் ஜாதகத்தை இந்த அளவுக்கு நம்புகிறார்கள் என்பதுதான் கேள்வி. வாழ்க்கை பற்றிச் சிறிதும் தெளிவில்லாத காரணத்தால் மனத்தில் ஏற்படும் அச்சம்தான் அவர்களை இவ்வாறு செய்யத் தூண்டுகிறது. அச்சம் பார்வையைச் சிதறடிக்கும். மனத்தைச் சிதைக்கும். உண்மையை விடுத்துப் பொய்யை அணைத்துக்கொள்ளும்.

உங்கள் உறவினர்களோடு சண்டை போட்டு அனைவரிட மிருந்தும் பிரிந்து போனதற்கும், உங்கள் குடும்பதுக்குள்ளேயே

சந்தோஷம் இல்லாமல் போனதற்கும் காரணம் அச்சம் மட்டுமே. ஒரு புறம் ஜாதகத்தின் மேல் உங்களுக்கு வெறுப்பு இருக்கிறது. ஆனால் சிறு வயதிலிருந்தே இந்தச் சூழ்நிலையில் நீங்கள் வளர்ந்து வந்த காரணத்தால் ஒருவேளை ஜாதகம் என்பது உண்மையாக இருக்கக் கூடுமோ என்ற அச்சம் உங்களையும் பீடித்திருக்கிறது. இந்த விஷயத்தைத் தெளிவாகப் புரிந்துகொண்டு அச்சத்தை விடுத்து வாழ்க்கையை நேரடியாகப் பார்க்கக் கற்றுக்கொள்ளுங்கள். அதனுடன் நேரடி உறவு கொள்ளுங்கள். ஜாதகம் போன்ற விஷயங்களை விட வாழ்க்கை மிகப் பெரியது. அதை நம்புங்கள். அது உங்களை வழிநடத்திச் செல்லும்.

வாரம் 15

மனச்சித்திரம்

நம் அனைவரின் மனங்களிலும் நம்மைப் பற்றிய ஒரு சித்திரம் இருக்கிறது. அந்தச் சித்திரம் பெருமளவுக்கு நாம் வாழும் சமூகத்தால் உருவாக்கப் பட்டது. உலகத்தைப் பொறுத்தவரை அந்தச் சித்திரம்தான் நாம். அது வெறும் சித்திரம்தான் என்பதுகூட யாருடைய நினைவிலும் இல்லை என்பதுதான் உண்மை. இந்தச் சித்திரத்தையே 'நான்' என்று நினைத்துக்கொள்வதால் நம் உண்மையான சுயம் என்ன என்பது பற்றிய கேள்வி கூட யாருக்கும் எழுவதில்லை.

உண்மையில் யார் அதை நமக்குள் உருவாக்குகிறார்கள்? சிறு வயதில் நமக்கு நிகழும் அனுபவங்கள்தான் அந்தச் சித்திரத்தை உருவாக்குகின்றன. அதில் பெரும் பங்கு நம் பெற்றோருடையதுதான். நம் பெற்றோர் ஏன் இவ்வாறு செய்ய வேண்டும்? நம்மைக் குழப்பத்திற்கு இட்டுச் செல்லும் இந்தச் செயலை ஏன் அவர்கள் செய்கிறார்கள்? அவர்கள் வேண்டுமென்று இதைச் செய்வதில்லை. சமூக நியதிகளின்படி இதைத்தான் தாம் செய்யவேண்டும் என்று அவர்கள் நம்புகிறார்கள். அவர்கள் அவ்வாறு நம்பும்படி வளர்க்கப்பட்டிருக்கிறார்கள். அதனால்தான் அவர்கள் இப்படிச் செய்கிறார்கள். அதன்படி பார்த்தால் நம் பெற்றோர்களின் வழியாகச் சமூகம்தான் இதைச் செய்கிறது. அவர்களையும்

அவர்களுடைய பெற்றோர்கள் இவ்வாறுதான் வளர்த்தார்கள். அவர்களும் சமூகத்தின் கைப்பாவைகள்தான்.

இந்த மனச் சித்திரத்தின்படி நாம் ஒவ்வொருவரும் நம்மை ஒவ்வொரு கணமும் மற்றவர்களுடனும் சமூகம் நிலைப்படுத்திக் காட்டியுள்ள மாதிரி – மனிதனுடனும் ஒப்பிட்டுப் பார்த்துக்கொள்கிறோம். நம்மைத் தொடர்ந்து உள்ளுக்குள்ளே குறைவாகவே, இழிவாகவே மதிப்பிட்டுக்கொள்கிறோம். 'நான் சரியில்லை,' என்ற எண்ணம் நம் எல்லோரின் மனத்திலும் ஆழமாகப் பொதிந்து இருக்கிறது. ஆனால் இந்த எண்ணம் நமக்குப் பிடிப்பதில்லை. அதனால் இதை ஈடுகட்டும் வண்ணமாக நம்மைப் பற்றி வெளியில் மிகவும் பெருமையாகப் பேசிக் கொள்கிறோம். அதை நிரூபிக்கும் நோக்கத்துடன் எதையாவது செய்துகொண்டிருக்கிறோம். ஆனால் தாழ்வு மனப்பான்மை நம்மை உள்ளே வாட்டிக் கொண்டுதான் இருக்கிறது.

இந்த மாதிரியான வாழ்க்கை நமக்கு மிகுந்த வேதனையைத் தருகிறது. இதுதான் நம் ஆழ்மனத்தில் நம் ஒவ்வொருவரின் வாழ்க்கையும். இதன் காரணத்தால்தான் உண்மையான, நிலையான சந்தோஷத்துடன் வாழும் யாரையும் நம்மால் பார்க்க முடிவதில்லை. நாம் வேறு, நம் மனச்சித்திரம் வேறு என்னும் உண்மை நமக்குத் தெரியவரும்போதுதான் நமக்கு இந்த நிலையிலிருந்து விடுபடல் நிகழ முடியும். உண்மை சார்ந்த பார்வைதான் நமக்கு சந்தோஷத்தைத் தர முடியும்.

○

✸ நான் ஒரு 21 வயது இளைஞன். பார்ப்பதற்குக் கறுப்பாகவும், சுமாராகவும் இருப்பேன். என்னுடன் முதல் வகுப்பு முதல் பன்னிரெண்டாம் வகுப்புவரை அவள் படித்தாள். பள்ளி நாட்களில் அவள் என் வகுப்புத் தோழி. அவ்வளவுதான். ஆனால் கல்லூரி சென்ற பிறகு பல நாட்கள் கழித்து ஒரு நாள் ஊர்த் திருவிழாவில் அவளைப் பார்த்தபோது எனக்குள் அவள் மீது காதல் பூத்தது.

கல்லூரிப் படிப்பு முடித்த பின் சென்னையில் பிரபலமான கார் தயாரிப்பு நிறுவனம் ஒன்றில் வேலைக்குச் சேர்ந்தேன். ஆனால் என் ஊரை விட்டு வந்ததாலோ என்னவோ தெரியவில்லை அவள் நினைப்பு என்னை ரொம்பவும் வாட்டியது. ஒன்றரை ஆண்டுகள் வேலை செய்திருப்பேன். ஆனால் அவளைப் பார்க்க வேண்டும் என்பதற்காகவே வேலையை விட்டுவிட்டுச் சொந்த ஊர் திரும்பினேன். அவள் தேவதையைப் போல இருப்பாள். அவள் வீடு எங்கள்

பள்ளியின் அருகில்தான் உள்ளது. ஒரு நாள் அவளைச் சந்தித்து அவளுடைய தொலைபேசி எண்ணை வாங்கித் தினமும் எஸ்.எம்.எஸ். அனுப்பினேன். அவளும் பதிலுக்கு எஸ்.எம்.எஸ். அனுப்புவாள். ஒரு நாள் அவளிடமிருந்து எஸ்.எம்.எஸ். வரவில்லை என்றால் துடித்துப்போவேன்.

அவள் பேருந்தில் கல்லூரிக்குச் செல்லும்போது அதே பேருந்தில் நானும் போக ஆரம்பித்தேன். அவளுக்குத் தெரியாமல் அவளைப் பார்ப்பது, அவள் பார்த்துவிட்டால் வேலை விசயமாக வந்தேன் எனப் பொய் சொல்லுவது, இப்படி நாட்கள் கழிந்தன. திடீரென்று ஒரு நாள் அவளுடைய மொபைல் போன் பழுதாகிவிட்டதால் எங்களது எஸ்.எம்.எஸ். பரிமாற்றம் நின்றுபோனது. அன்று முதல் நான் அவளின் நினைப்பாகவே இருக்கிறேன். கையில் கிடைத்ததை உடைப்பது, கையில் கீறிக் கொள்வது, சுவற்றில் முட்டிக் கொள்வது, இப்படி என்னை நானே துன்புறுத்தத் தொடங்கிவிட்டேன். இது என் வீட்டில் உள்ளவர்களுக்குத் தெரியாது. நான் முழுப் பைத்தியமாக மாறிவிடுவேனோ என்னும் அச்சம் மேலோங்கியுள்ளது. இது குறித்து நீங்கள்தான் தகுந்த பதிலைக் கூற வேண்டும்.

- நீங்கள் உங்களைப் பற்றிப் பேச ஆரம்பிக்கும்போதே, ‘நான் பார்ப்பதற்குக் கறுப்பாகவும், சுமாராகவும் இருப்பேன்,’ என்கிறீர்கள். உங்களைப் பற்றி மிகவும் தாழ்வு மனப்பான்மை உங்களுக்கு இருப்பதாகத்தான் தெரிகிறது. உங்கள் பார்வை, உங்கள் வாழ்க்கைக் கண்ணோட்டம் எல்லாமே இதிலிருந்துதான் தொடங்குகிறது. உங்கள் பிரச்னையும் இதில்தான் இருக்கிறது. சிறு வயதிலிருந்தே தெரிந்த அந்தப் பெண்ணைப் பருவ காலத்தில் பார்த்தபோது அவள் மீது உங்களுக்கு ஆசை ஏற்பட்டது இயற்கையானதுதான். அவளிடம் உங்கள் ஆசையைச் சொல்வதை எது தடுத்தது? அவளுக்காக உங்கள் வேலையை விட்டு வரும் அளவுக்கு ஆசை இருப்பது வெறும் எஸ்.எம்.எஸ். அனுப்புவதற்காகவா? பஸ்ஸில் தூரத்திலிருந்து பார்ப்பதற்காகவா? அவளுடன் எஸ்.எம்.எஸ். பரிமாற்றம் இல்லை என்னும் ஒரே காரணத்திற்காக உங்களை நீங்களே துன்புறுத்திக்கொள்வதில் என்ன அர்த்தம் இருக்கிறது?

உங்கள் தாழ்வு மனப்பான்மை காரணமாக உங்கள் காதலை அவளிடம் நேரடியாக வெளிப்படுத்தாமல் ஏன் உங்களையே இப்படித் துன்புறுத்திக் கொள்கிறீர்கள்? கறுப்பாக இருப்பது அழகில்லை என்று சொல்வது யார்?

உங்கள் மீது நம்பிக்கை வையுங்கள். உங்களை நீங்களே துன்புறுத்திக் கொள்வதை உடனடியாக நிறுத்துங்கள். நேராக அவளிடம் சென்று உங்கள் காதலைச் சொல்லுங்கள். ஏற்றுக்கொள்வதும் ஏற்றுக்கொள்ளாமல் இருப்பதும் அவள் விஷயம். ஆனால் சொல்வதற்கு உங்களுக்கு உரிமை இருக்கிறது. போய்ச் சொல்லுங்கள். அவள் உங்கள் காதலை ஏற்றுக்கொள்ளவில்லை என்றால் மேற்கொண்டு உங்கள் வாழ்க்கையின் பாதையில் செல்லுங்கள். உங்கள் வாழ்க்கையின் அதிமுக்கியமான நபர் நீங்கள்தான் என்பதைப் புரிந்துகொள்ளுங்கள். உங்களுக்குப் பிறகுதான் மற்ற எல்லோரும் என்னும் உண்மையைத் தெரிந்துகொண்டு வாழுங்கள். உங்கள் சந்தோஷம் உங்களிடம்தான் இருக்கிறது. அவளிடம் இல்லை. இந்த விஷயத்தில் நீங்கள் ஒரு உளவியல் ஆலோசகரின் உதவியை நாடுவது நல்லது.

வாரம் 16

காதலும் அகவளர்ச்சியும்

உண்மையான, ஆழமான காதல் என்பது மிகவும் அரிதானது. அது சுயத்தின் ஆழம் சார்ந்தது. ஆழமற்ற ஒரு மனத்தில் ஆழமான காதல் பிறந்து, வேர்கொண்டு வளர்ந்து, நிலைக்க முடியாது. அது சாத்தியமில்லை. சுயமும் காதலும் ஒன்றுடன் ஒன்று நெருக்கமாகப் பின்னிப் பிணைந்தவை.

வாழ்க்கையின் சம்பவங்கள் முன்கூட்டிக் கணிக்க முடியாதவை. நம் எதிர்பார்ப்புகளின் இலக்கணத்துக்குள் அடங்காதவை. இவ்வாறு கணிக்க முடியாமல் இருப்பதுதான் வாழ்க்கையின் ஆச்சரியம், சுவாரஸியம். எல்லாவற்றையும் முன்கூட்டித் தெரிந்துகொண்டுவிட முடிந்தால் வாழ்க்கை மிகவும் இயந்திரத்தனமானதாக ஆகிவிடும்.

காதல் அகவளர்ச்சி சார்ந்தது. அகவலிமை சார்ந்தது. காதலிப்பதற்கு மிகுந்த தைரியம் வேண்டும். பெரும் மனோதிடம் வேண்டும். கஷ்டங்களை எதிர்கொள்ளும் துணிவு வேண்டும். திடமான சுய உணர்வு இல்லாதவர்களின் காதல் பலவீனமாக இருக்கும். நிலையற்றுப் போய்விடும். சந்தர்ப்ப சூழ்நிலைகளின் வீச்சுக்கு முன்னால் எதிர்த்து நிற்கும் திராணி அதற்கு இருக்காது.

காதல் சுயத்தின் வெளிப்பாடு. வீரியம் மிகுந்த சுயத்தில்தான் வீரியம் மிக்க காதல் வெளிப்படும். இந்தக் காரணத்தால்தான் காதல் உறவுகள்

பெருமளவில் நிலையற்றுத் தடுமாறித் தோற்றுப் போகின்றன. காதலர்களை விடக் காதல் முக்கியமானது என்பதைப் புரிந்துகொள்வது அவசியம். காதலர்க்குத் தோல்வி நேரலாம். காதலுக்கு என்றும் தோல்வி இல்லை. காதலினால் ஏற்படும் வேதனை கூட அகவளர்ச்சிக்கு ஆதாரமாக அமைய முடியும். நம் வலிமையை நாம் உணர்ந்துகொள்வதற்கு அது வழிவகுக்கும்.

❍

* நான் கல்லூரியில் இரண்டாம் ஆண்டு படித்துக் கொண்டிருக்கிறேன். என் வகுப்பில் படிக்கும் பல பெண்களுக்கு ஆண் நண்பர்கள் இருக்கிறார்கள். ஆனால் எனக்கு யாரும் கிடையாது. இதனால் எனக்கே என்மீது வெறுப்பு வந்துவிட்டது. நான் இதுவரை இப்படி இருந்ததில்லை. இந்த எண்ணத்தைப் போக்க பேஸ் புக்கில் ஆண் நண்பர்களைச் சேகரிக்க ஆரம்பித்தேன். முதலில் என் புகைப்படம் பதிவு செய்ய வேண்டிய இடத்தில் வேறொரு அழகான பெண்ணின் முகத்தை அப் லோட் செய்தேன். என்னைப் பற்றித் தனிப்பட்ட தகவல்களை குறிப்பிடும்போது நான் மிகவும் மார்டனாக உடை அணிவேன், காரில்தான் கல்லூரிக்குச் செல்வேன், எனப் பல பொய்யான தகவல்கள் கொடுத்தேன். நிறைய ஆண் நண்பர்கள் கிடைத்தார்கள். தினமும் ஜாலியாக ஃபேஸ் புக்கில் அவர்களோடு அரட்டை அடிப்பேன். ஆனால் காலப்போக்கில் ஜீவாவோடு நட்பு மலர்ந்தது. அவன் மிகவும் நல்லவன். நான் பணக்காரி எனச் சொன்ன போதும், தான் நடுத்தர வர்கத்தை சேர்ந்தவன், தினமும் பேருந்தில்தான் கல்லூரிக்குச் செல்வேன் என்றான். இதனால் நான் மிகவும் ஈர்க்கப்பட்டேன். கொஞ்சம் கொஞ்சமாக எங்கள் நட்பு காதலாக மாறியது. பேஸ்புக்கிலும், மொபைல் போனிலும் பேசியபடி காதலித்து வருகிறோம். இப்படி இருக்க அடுத்த வாரம் அவன் என்னைப் பார்க்கச் சென்னைக்கு வருவதாகக் கூறியுள்ளான். நான் இத்தனை நாட்களாகச் சொன்ன அத்தனை விஷயங்களும் பொய் என்று தெரிந்தால் அவ்வளவுதான். அவன் என்னை வெறுத்துவிடுவான். இப்பொழுது நான் என்ன செய்வதென்று புரியவில்லை.

* நீங்கள் உங்களைப் பற்றிப் பொய்யான ஒரு பிம்பத்தை ஏற்படுத்தியிருக்கிறீர்கள். இதன் மூலமாக நீங்களே உங்களை மறுத்திருக்கிறீர்கள். உங்கள் பொய் முகத்தையே நீங்கள் என்று உங்கள் பேஸ்புக் நண்பர்களும் உங்கள் காதலரும் நம்பிவருகிறார்கள். அவர் காதலிப்பது உங்கள் பொய்

பிம்பத்தைத்தான், இல்லையா? ஏன் நீங்கள் உங்களை ஏற்றுக்கொள்ள மறுக்கிறீர்கள்? நீங்களே உங்களை மறுத்தால் வேறு யார் உங்களை ஏற்றுக்கொள்ள முடியும்? மற்றவர்களை ஏமாற்றுவதாக நினைத்துக்கொண்டு உங்களையே நீங்கள் ஏமாற்றிக்கொண்டிருக்கிறீர்கள், இல்லையா? உங்கள் மீது உங்களுக்குப் பிரியமோ, மரியாதையோ மதிப்போ இல்லை என்பது வெளிப்படையாகத் தெரிகிறது. அதன் விளைவாகத்தான் உங்களுக்கு இந்தச் சிக்கல் ஏற்பட்டிருக்கிறது.

இதுவரையில் போனது போகட்டும். முதலில் உங்களை முழுமையாக ஏற்றுக்கொள்ளுங்கள். 'இதுதான் நான்,' என்று உங்களை உள்ளபடியே ஏற்றுக்கொள்ளுங்கள். உங்கள் காதலர் வரும்போது உண்மையைச் சொல்லுங்கள். நீங்கள் சொல்வதிலிருந்து அவர் பணத்தாலும் ஆடம்பரத்தாலும் மயங்குபவர் அல்ல என்றுதான் தோன்றுகிறது. அவர் என்ன முடிவெடுத்தாலும் அதை அப்படியே ஏற்றுக்கொள்ளுங்கள். ஒருவேளை அவர் உங்களை ஏற்றுக்கொள்ளாவிட்டால், அவர் காதலித்தது உங்களை அல்ல; உங்கள் பணத்தை, படாதோபத்தை, பொய் முகத்தை என்பதை உணருங்கள். உங்களைப் பற்றிய உண்மையை அவர் ஏற்றுக்கொண்டால் அதைவிட வேறு என்ன வேண்டும்! அவர் முடிவு எதுவானாலும் நீங்களே உங்களுக்குக் கிடைத்திருக்கும் பரிசு என்று பார்க்கத் தொடங்குங்கள். அதன் பிறகு உங்கள் வாழ்க்கையின் அர்த்தம் மாறுவதை நீங்களே பார்ப்பீர்கள். உங்களுக்கு நீங்கள் கிடைப்பதுதான் முக்கியம். உண்மையின் அழகே தனியானது.

✸ *எனக்கு 23 வயதாகிறது. நான் அவளை ஒரு வருடத்திற்கும் மேலாகக் காதலித்து வருகிறேன். அவள் என் காதலை ஆறு மாதங்களுக்கு முன்புதான் ஏற்றுக்கொண்டாள். அவள் பத்தாவது படிக்கும்போது ஒரு பையனைக் காதலித்திருக் கிறாள். நானும் என் முன்னாள் காதலை அவளிடம் சொன்னேன். இப்படி எங்கள் இருவருடைய கடந்த காலத்தை வெளிப்படையாகச் சொல்லிக் கொண்டோம். நாங்கள் இருவரும் ஒருவரை ஒருவர் நன்றாகப் புரிந்துகொண்டு காதலித்து வந்தோம். நான்கு மாதங்களுக்கு முன்பு எங்களுடைய காதல் அவள் வீட்டுக்குத் தெரியவர அவளைஅடித்து, அவள் மொபைல் போனைப் பறித்துக் கொண்டார்கள். இருந்தாலும் எப்படியாவது என்னிடம் பேசிக்கொண்டிருந்தாள். ஆனால் இப்பொழுது அவள் என்னைத் தொடர்புகொள்வதே இல்லை. ஒரு நாள் அவள் பிரண்ட்ஸ் மூலமாக என்னைப் பிடிக்கவில்லை*

என்று சொல்லிவிட்டாள். ஆனால் நான் அவளை மிகவும் ஆழமாகக் காதலிக்கிறேன். அடுத்த மாதம் வெளிநாட்டில் வேலையில் சேரப் போகிறேன். ஆனால் எங்கு சென்றாலும் என்னால் அவளை மறக்க முடியாது. இப்பொழுது நான் என்ன செய்ய?

❋ அவளை ஆழமாகக் காதலிக்கிறேன் என்று சொல்கிறீர்கள். அவள் காரணம் ஏதும் சொல்லாமல் உங்களை மறுத்திருக்கிறாள். மிகவும் வேதனை தரக் கூடிய விஷயம்தான் அது. ஆனால் இதை வேறு விதமாக யோசித்துப் பாருங்களேன். உங்கள் காதல் உங்களுடையது. உண்மையானது. அதுதான் முக்கியம். அதை நீங்கள் என்றைக்குமே இழந்துவிட முடியாது. காதலி போய்விடலாம். அது உங்கள் கையில் இல்லை. ஆனால் உங்கள் காதல் உங்களிடமிருந்து என்றைக்கும் போய்விடாது. அது உங்கள் சுயம் சார்ந்தது. நீங்கள்தான் அது.

ஏன் உங்கள் காதலி திடீரென்று உங்களைவிட்டு விலகிச் சென்றுவிட்டாள் என்பது தெரியவில்லை. பெற்றோரின் கட்டுப்பாடாக இருக்கலாம். காரணம் வேறு என்னவாக வேண்டுமானாலும் இருக்கலாம். அதை இப்போது ஆராய்ந்து கொண்டிருப்பதில் எந்தப் பயனும் இருப்பதாகத் தெரியவில்லை. கவனத்தை உங்கள் மீதே திருப்புங்கள். இப்போது நடந்ததை உங்கள் வாழ்க்கைப் பயணத்தின் ஒரு முக்கியமான பாடமாக எடுத்துக்கொள்ளுங்கள். இதனுடன் சேர்ந்து, வெளிநாடு போக உங்களுக்குக் கிடைத்திருக்கும் வாய்ப்பையும் பயன்படுத்திக் கொள்ளுங்கள். புதிய சூழ்நிலை, புதிய மனிதர்கள், புதிய அனுபவங்கள் இவையெல்லாம் உங்களுக்கு உதவியாக இருக்கும். உங்கள் உண்மையான, ஆழமான, திடமான காதலுக்குப் பொருத்தமான, தகுதியான ஒரு பெண் உங்களுக்குக் கிடைப்பாள். இது ஒரு வாழ்க்கை அனுபவம். இதில் இருக்கும் படிப்பினையை ஏற்றுக்கொள்ளுங்கள். வாழ்க்கையை முன்னோக்கிப் பாருங்கள். முன்னே செல்லுங்கள். வாழ்த்துக்கள் நண்பரே.

வாரம் 17

உலக மாற்றம்

உலகம் மாறிவருகிறது. விஞ்ஞானம், தொழில்நுட்பம், தத்துவம், கணினியியல், இணையம், போக்குவரத்து, தகவல் பரிமாற்றம், என்று அனைத்துத் துறைகளிலும் கடந்த ஐம்பது ஆண்டுகளில் பெரும் புரட்சி ஏற்பட்டிருக்கிறது. மனித அறிவின் எல்லைகள் பெரிதும் விரிந்திருக்கின்றன. இதன் காரணமாக நம் பார்வை மாறியிருக்கிறது. புற அனுபவம் என்பது அகத்தின் பிரதிபலிப்பாக இருக்கும் காரணத்தால் புறவுலகமும் மாறிப் போயிருக்கிறது.

புதிய உலகம். புதிய பார்வை. புதிய மனங்கள். அதிகரித்துள்ள அறிவுணர்வு, இதனால் சமூக மதிப்பீடுகள் மாறிப்போயிருக்கின்றன. ஆண்டாண்டு காலமாக அசைக்கப்பட முடியாத, கேள்விகள் ஏதும் கேட்கப்படாமல் இருந்து வந்திருந்த, நம்பிக்கைகள் இப்போது கேள்விக்குள்ளாகியிருக்கின்றன. இளைய தலைமுறையினரின் பார்வைக் கோணம் முற்றிலுமாக மாறிப் போயிருக்கும் நிலை இப்போது இருக்கிறது. புதிய வேலை வாய்ப்புகள் இளைஞர்களுக்கு இதற்கு முன் இல்லாத புதிய பொருளாதார சுதந்திரத்தை அளித்திருக்கின்றன. அவர்களின் சுயபிம்பம் அடியோடு மாறிப் போயிருக்கிறது. வெளியுலகில் புதிய சுதந்திரத்தை அனுபவிக்கும் அவர்கள், உள்ளே புதிய குழப்பங்களுக்கு ஆளாகியிருக்கிறார்கள். புதிய சவால்களை அவர்கள் சந்திக்க நேர்ந்திருக்கிறது. புதிய கேள்விகள் அவர்களை அலைக்கழிக்கின்றன.

இதுவரையில் சமூகத்தின் அரண்கள் அவர்களைக் காத்து வந்திருக்கின்றன, பல்லாண்டு காலமாக இருந்துவந்திருக்கும் பழைய அரண்கள் தகர்ந்து போய்க்கொண்டிருப்பதால் அவர்கள் இதற்கு முன் சந்தித்திராத புதிய பிரச்னைகளைச் சந்திக்கிறார்கள். இதனால் புதிய பாடங்கள் கற்கிறார்கள். வளர்கிறார்கள். புதிய உலகம் உருவாகிக்கொண்டிருக்கிறது. வரவேற்போம்.

❍

✸ கிராமப்புறத்தைச் சேர்ந்த பொறியியல் பட்டதாரியான எனக்குத் தற்போது 24 வயதாகிறது. கூச்ச சுபாவம் உடையவன் நான். படிப்பை முடித்து இரு வருடங்களுக்கு மேல் ஆகியும் நல்ல வேலை கிடைக்கவில்லை. ஏனெனில் ஆங்கிலம் சரளமாகப் பேசவராதது மட்டுமல்ல. மற்றவரோடு எப்படிப் பழக வேண்டும் என்பதுகூட எனக்குத் தெரியாது. பல போட்டித் தேர்வுகள் எழுதினேன். ஒரு அரசு நிறுவனத்தில் தொழிற்பயிற்சி கிடைத்தது. அதுவும் ஒரு ஆண்டில் முடியவே பிறகு சென்னையில் ஒரு தனியார் நிறுவனத்தில் வேலை பார்த்து வந்தேன். அங்கு வேலைப் பளு மிக அதிகம். ஆனால் சம்பளமோ வெறும் 6000 ரூபாய். ஒரு கட்டத்தில், 'இந்த வேலை வேண்டாம், நல்ல அரசு வேலைக்கு மட்டும் செல். அதற்காக உன்னைத் தயார்ப்படுத்திக் கொள்,' என்று சொல்லி மீண்டும் எங்கள் ஊருக்கே வர வைத்துவிட்டார்கள். என் நண்பர்களில் பலர் நல்ல சம்பளத்தோடு வேலை கிடைத்து நல்ல நிலையில் இருப்பதைப் பார்க்கும்போது எனக்கு ஏக்கமாக இருக்கிறது. ஆனால் இதற்கு முன்பு வேலை பார்த்த தனியார் நிறுவனத்தில் ஏற்பட்ட கசப்பான அனுபவங்களால் எனக்கு வேலைக்குச் செல்லவே பிடிக்கவில்லை. சென்னை போன்ற நகர்ப்புறங்களுக்குச் செல்லவும் பிடிக்கவில்லை. என் எதிர்காலம் கேள்விக்குறி ஆகிவிடுமோ எனப் பயமாக இருக்கிறது. என் பயத்தைப் போக்க உதவுங்கள்.

❁ நீங்கள் செல்ல வேண்டிய திசையை நீங்கள் மற்றவர்களிட மிருந்தே எதிர்பார்க்கிறீர்கள் என்று தோன்றுகிறது. இதற்குக் காரணம் உங்களைப் பற்றிய உங்கள் மனப்படம் மிகவும் தாழ்மையானதாக இருப்பதுதான். உங்கள் மீது உங்களுக்குச் சிறிதும் நம்பிக்கை இல்லை. வாழ்க்கை மீதும் நம்பிக்கை இல்லை. ஆங்கிலம் பேசத் தெரியாதது ஒன்றும் பெரும் பிரச்னை இல்லை, அதைப் பெரிதுபடுத்தத் தேவையில்லை. மற்றவர்களிடம் பழகத் தெரிவது என்பது உங்கள் மீது உங்களுக்கு நம்பிக்கை ஏற்படும்போது தானாகவே வந்துவிடும்.

நீங்கள் உங்களைக் கணக்கில் எடுத்துக்கொள்ளவே இல்லை. உங்கள் வாழ்க்கையில் நீங்கள்தான் அதிமுக்கியமான நபர் என்னும் உண்மையை உணர்ந்துகொள்ளுங்கள். அதன் அடிப்படையில் உங்கள் வாழ்க்கையைப் பார்க்கத் தொடங்குங்கள். வாழ்க்கையை நீங்கள் உள்ளேயிருந்து பார்க்காமல் வெளியே மற்றவர்களின் கண்கள் வழியாக மட்டுமே பார்க்கிறீர்கள். மற்றவர்கள் உங்களைப் பற்றி என்ன நினைக்கிறார்கள் என்பது குறித்து நீங்கள் எந்தக் கவலையும் கொள்ளத் தேவையில்லை. அது அவர்கள் பாடு என்பதைத் தெரிந்துகொள்ளுங்கள். தாழ்வு மனப்பான்மை என்னும் கனவு மூட்டத்திலிருந்து விழித்துக்கொள்ளுங்கள். உங்கள் வாழ்க்கை உங்களுக்காகக் காத்துக்கொண்டிருக்கிறது நண்பரே.

○

✶ எனக்கு 18 வயதாகிறது. என் வகுப்புத் தோழனைக் காதலிக்கிறேன். அவர் கத்தோலிக்கக் கிருத்துவர். அவர் எதிர்காலத்தில் பாதிரியாராக வேண்டும் என அவருடைய பெற்றோர் நினைக்கிறார்கள். ஆனால் எனக்கு அவருடைய மனம் நன்றாகத் தெரியும். திரைப்படத் துறையில் ஜொலிக்கும் கனவோடு இருக்கிறார். நான் இதுவரை என் காதலை அவரிடம் சொல்லவில்லை. என் காதலை அவரிடம் சொல்லப் பயமாக இருக்கிறது. ஆனால் எந்தச் சூழ்நிலையிலும் அவரை இழக்கத் தயாராக இல்லை. திருமணம் செய்து அவருடனே வாழ ஆசைப்படுகிறேன். என் காதலை அவர் ஏற்றுக்கொள்வாரா? மாட்டாரா? எங்கள் இருவர் வீட்டுப் பெற்றோர்கள் ஏற்றுக்கொள்வார்களா? மாட்டார்களா? இப்படிப் பல குழப்பம் மிகுந்த கேள்விகள் என்னைத் துளைத்துக் கொண்டிருக்கின்றன. எதிலும் மனம் ஒருமுகப்படவில்லை. நான் என்ன செய்ய?

✶ நீங்கள் ஒருவரைக் காதலிக்கிறீர்கள். அவர் பாதிரியார் ஆகவேண்டும் என்று அவர் பெற்றோர் விரும்புகிறார்கள். அவர் திரைப்படத் துறையில் ஜொலிக்கவேண்டும் என்று நினைக்கிறார். நீங்கள் அவரைக் காதலிக்கிறீர்கள். அதை அவரிடமே இன்னும் சொல்லவில்லை. அவர் உங்கள் காதலை ஏற்றுக்கொள்வாரா? அப்படி அவர் ஏற்றுக்கொண்டாலும் அவருடைய பெற்றோர்கள் ஏற்றுக்கொள்வார்களா? அதன் பிறகு உங்கள் பெற்றோர்கள்? அவர் பெற்றோர்கள் அவர் விருப்பப்படி அவரைத் திரைப்படத் துறையில் நுழைய

அனுமதிப்பார்களா? அல்லது பாதிரியார் ஆகச் சொல்லிக் கட்டாயப்படுத்துவார்களா? என்ன நடக்கப் போகிறது?

இப்படி உங்கள் வாழ்க்கையை நீங்களே சிக்கலான கேள்விக்குறிகளாக அமைத்துக் கொண்டிருக்கிறீர்கள் என்பது தெரிகிறதா? புறவாழ்க்கையில் நீங்கள் பின்னிக்கொண்டிருக்கும் இந்தச் சிக்கல் உங்கள் அகத்தின் வெளிப்பாடுதான். ஏன் வாழ்க்கையை இவ்வளவு சிக்கலானதாகப் பார்க்கிறீர்கள் என்றுதான் கேட்கத் தோன்றுகிறது.

உங்கள் வாழ்க்கையை எந்தவிதமாகவும் அமைத்துக்கொள்ள உங்களுக்கு உரிமை இருக்கிறது. ஆனால் நீங்கள் அமைத்துக் கொண்டிருக்கும் உங்கள் வாழ்க்கை உங்களுக்குக் குழப்பமும் கவலையும் நிறைந்ததாக இருக்கிறது. உங்கள் மனத்தை அரித்துக்கொண்டிருக்கிறது. இதில் முக்கியமான விஷயம் என்னவென்றால் இது அனைத்துமே இப்போதைக்கு உங்கள் மனத்தில் மட்டுமே நடந்துகொண்டிருக்கிறது என்பதுதான்.

உங்களுக்கு இரண்டு சாத்தியங்கள் இருக்கின்றன. ஒன்று, நேராக அவரிடம் போய் உங்கள் காதலைச் சொல்லுங்கள். என்ன நடந்தாலும் எதிர்கொண்டு சந்தியுங்கள். நடப்பது எதுவானாலும் ஏற்றுக்கொள்ளுங்கள். அல்லது உங்கள் மன மேடையில் மட்டுமே நடந்துகொண்டிருக்கும் இந்த சிக்கலான நாடகத்தை அங்கேயே ஒரு முடிவுக்குக் கொண்டுவந்துவிடுங்கள். அவர் திரைப்படத் துறையில் ஜொலிக்கட்டும். அல்லது அவருடைய பெற்றோர் விருப்பப்படி பாதிரியாராக ஆகட்டும். உங்கள் வாழ்க்கையைப் புதிதாகத் தொடங்குங்கள். இதிலும் வலியும் வேதனையும் இருக்கும்தான். ஆனாலும் கொஞ்ச காலத்திற்கு மட்டும்தான். இந்த இரண்டு சாத்தியங்களில் எதை நீங்கள் தேர்ந்தெடுத்தாலும் உங்களை அது அக வளர்ச்சிக்கு இட்டுச் செல்லும் என்பது மட்டும் நிச்சயம்.

வாரம் 18

வளர்ச்சிப் பருவங்கள்

நாம் பிறந்த பிறகு குறிப்பிட்ட சில வளர்ச்சிப் பருவங்கள் இருக்கின்றன. பிறந்ததிலிருந்து ஆறு மாதங்களுக்கு நமக்கு உடல் இருப்பது கூட நமக்குத் தெரியாது. வெறும் பிரக்ஞை மட்டும் இருக்கிறது. ஆறு மாதங்களில் நமக்கு உடல் இருப்பதை நாம் உணர்ந்துகொள்கிறோம். அதன் பிறகு செயல்பாடு என்பது தொடங்குகிறது. 'நான் செய்கிறேன்' என்னும் உணர்வு குழந்தை மனத்தில் ஏற்படுகிறது. இது நிலைப்படுவதற்கு ஒரு வருடம் ஆகிறது. அதன் பிறகு ஒன்றரை வயதிலிருந்து மூன்று வயது வரையில் சிந்தனையின் ஆரம்ப அடிப்படைகள் நிலைபெறுகின்றன. இதன் பிறகுதான், அதாவது மூன்று வயதிலிருந்து ஆறு வயது வரை உள்ள காலகட்டத்தில்தான் 'நான் யார்' என்னும் சுய அடையாளம் நிறுவப்படுகிறது. அதன் பிறகு பன்னிரெண்டு வயது வரையிலும் எந்தெந்த சந்தர்ப்பத்தில் எவ்வெவ்வாறு நடந்துகொள்ள வேண்டும் என்று கற்கிறோம்.

பொதுவாக நாம் பிறந்து வளரும் சமூகச் சூழல்தான் நம் சுய அடையாளத்தை நிர்ணயிக்கிறது. நம் பெற்றோர், நம் கூட வசிக்கும் நபர்கள், இவர்கள்தாம் நம் சுய அடையாளத்தை நமக்குள் உருவாக்குகிறார்கள். இதன் அடிப்படையில்தான் நாம், 'நான் பார்க்க நன்றாக இருக்கிறேன்', அல்லது 'நான் அழகாக இல்லை,' 'நான் புத்திசாலியாக இல்லை', போன்ற மனப் பிம்பங்கள் உருக்கொள் கின்றன. அதாவது நம் சுய பிம்பத்தைப் பிறர்தான்

பெருமளவுக்கு உருவாக்குகிறார்கள். இது பெரும்பாலும் எதிர்மறையான பிம்பமாகத்தான் இருக்கிறது.

நாம் வளர்ந்த பிறகு இவ்வாறு நமக்குள் நடப்பதைப் பற்றி எந்த விவரமும் தெரியாமல் நம் சுய பிம்பத்தை அப்படியே ஏற்றுக்கொண்டு விடுகிறோம். இதன் அடிப்படையில் நாம் நம்மைப்பற்றிச் சிந்தித்துக் குழப்பிக் கொள்கிறோம். ஆனால் சுயசிந்தனையுடன், 'இது ஏன் நடக்கிறது?' 'எதனால் இந்த விஷயங்கள் இவ்வாறு இருக்கின்றன?' என்றெல்லாம் கேள்விகள் கேட்போமானால், இந்த விஷயங்கள் நமக்குப் புரியவரும். அப்போது மற்றவர்கள் உருவாக்கிய பிம்பத்தை விடுத்து, நாமே புதியதாக ஒரு மன பிம்பத்தை உருவாக்கிக்கொள்ள முடியும். நாம் நம் மனத்தில் என்ன பிம்பத்தை உருவாக்கிக் கொள்கிறோமோ அதுதான் நம் வாழ்க்கையாக இருக்கும் என்னும் உண்மை புரியவரும். நம் வாழ்க்கை நம் கையில்தான் இருக்கிறது என்பது தெரியவரும்.

❍

✸ *எனக்கு 23 வயதாகிறது. சிறு வயதில் இருந்தே என்னைப் பற்றிக் கிண்டல், கேளிக்கைகளைக் கேட்டே வளர்ந்து விட்டேன். நான் பார்ப்பதற்கு நன்றாக இல்லை. ஏன் இப்படி இருக்கிறாய் என்று என்னையே கேள்வி கேட்பார்கள். என் வீட்டில் உள்ளவர்களும் உறவினர்களும் கூட இப்படி அடிக்கடி சொல்லிக் கேட்டு நான் மனவேதனை அடைந்ததுண்டு. தாழ்வு மனப்பான்மை இருக்கக் கூடாது என்று நானே எனக்குள் கூறிக் கொள்வேன். இதனால் எனது பதின்வயதில் என் கூடப் படித்த ஆண் பிள்ளைகளிடம் பேசவும் தயக்கம். ஆனால் நானே இரவில் அவன் என் தோழனாக இருந்தால் நன்றாக இருக்கும், எப்படி ஒன்றாகப் படிப்போம் என்று கற்பனை செய்வேன். கல்லூரியிலும் என்னிடம் யாரும் அதிகமாகப் பழகவில்லை. அதனால் நான் பேச நினைத்த பையனிடம் கற்பனையில் பேச ஆரம்பித்தேன். இப்படி எல்லா நாட்களும் நான் கற்பனையில் இருந்ததுண்டு. ஆனால் இப்பொழுது தனிமையை நானே உருவாக்கி அதிக நேரம் கற்பனைக் கதையிலே இருக்கிறேன். எனக்கு காதலன் இருந்திருந்தால் எங்கெல்லாம் போவோம் என்றும், நானே ஒரு கதையை உருவாக்கி, மனதில் நடித்துக் கொண்டிருக்கிறேன். என்னால் என்னைக் கட்டுப்படுத்த முடியவும் இல்லை. எந்த ஒரு வேலையையும் செய்ய முடியாமல் பயமும் தடுக்கிறது. யாரேனும் என்னை எதாவது கேள்வி கேட்டு விடுவார்களோ, அசிங்கமாகிவிடுவோமோ என்று தோன்றி என்னால் எந்த ஒரு வேலையையும் செய்ய முடியவில்லை. ஆண்களை அணுகுவதற்கு மிகவும் பயம்,*

பதட்டம் வந்துவிடுகிறது. இதனால் என்னால் வேலைக்குக் கூடச் செல்ல முடியவில்லை. வீட்டில்தான் இருக்கிறேன். வீட்டில் என் பிரச்னையைக் கூறாமல் தனிமையாய் இருப்பதால் திமிர் பிடித்தவள் என்று நினைக்கிறார்கள். எனக்கு என் எதிர்காலம் எப்படி இருக்கப் போகிறது என்று பயமாகவும் இருக்கிறது. நான் இதிலிருந்து மீள நினைக்கிறேன். என்னால் முடியவில்லை. தயவு செய்து ஒரு வழி கூறுங்கள்.

● திறந்த மனத்துடன் நீங்கள் வெளியே வந்து பொதுவெளியில் இந்தக் கேள்வியைக் கேட்பது எனக்கு மிகுந்த மகிழ்ச்சியை அளிக்கிறது. உங்கள் வாழ்க்கையின் அடுத்த கட்டத்துக்குச் செல்வதற்கான ஆயத்த நிலையில் நீங்கள் இருக்கிறீர்கள் என்பதைத்தான் இது காட்டுகிறது. இதுவரையில் மற்றவர்கள் சொன்னதைக் கேட்டுத்தான் உங்களைப்பற்றிய சுய பிம்பத்தை வைத்திருக்கிறீர்கள் என்பது வெளிப்படையாகத் தெரிகிறது. பார்க்க நீங்கள் நன்றாக இல்லை என்று மற்றவர்கள் சொன்னதை ஏன் நம்பினீர்கள்? ஏன் இன்னும் நம்புகிறீர்கள்? 'நன்றாக இருப்பது' என்பது என்ன என்பதை யார் நிர்ணயிப்பது? நீங்கள் பார்க்க நன்றாக இருக்கிறீர்களா இல்லையா என்பதை நீங்கள்தான் தீர்மானிக்க வேண்டும்.

பார்ப்பதற்கு எப்படி இருக்கிறீர்கள் என்பதைத் தவிர உங்களிடம் வேறு விஷயங்கள் எதுவுமே இல்லையா? அதுபற்றி ஒன்றுமே நீங்கள் சொல்லவில்லையே? உங்களிடம் இருக்கும் நல்ல விஷயங்கள் என்னென்ன? அதைப் பட்டியல் இடுங்கள். நிச்சயம் நிறைய விஷயங்கள் இருக்கும்.

நீங்கள் மிகுந்த கற்பனைத் திறன் வாய்ந்தவர், ஆக்க பூர்வமானவர் என்று தெரிகிறது. இது வரையில் வாழ்க்கை யிலிருந்து தப்பித்துச் செல்வதற்கு மட்டுமே அந்தத் திறன்களைப் பயன்படுத்தி வந்திருக்கிறீர்கள். இனிமேல் அதை உங்கள் முன்னேற்றத்திற்காகப் பயன்படுத்துங்கள். உங்களைப் பற்றிய எதிர்மறையான சுய பிம்பத்தை உதறிவிட்டுப் புதிய, ஆரோக்கியமான சுய பிம்பத்தை உருவாக்கிக் கொள்ளுங்கள். நீங்கள் என்னவாக இருக்கிறீர்கள் என்பது முற்றிலும் உங்களிடம் மட்டுமேதான் இருக்கிறது. வெளியில் சென்று மற்றவர்களிடம் திறந்த மனத்துடன் பழகுங்கள். 'நான் பார்ப்பதற்கு நன்றாக இருக்கிறேன்' என்னும் உணர்வுடன் போய்ப் பேசுங்கள். அப்போது எப்படி உணர்கிறீர்கள் என்று பாருங்கள். புதியதொரு வாழ்க்கையை இன்றிலிருந்து வாழத் தொடங்குங்கள். சந்தோஷம் உங்களுக்காகக் காத்திருக்கிறது.

வாரம் 19

வாழ்க்கையும் சமூகமும்

நாம் வாழ்க்கையையும் சமூகத்தையும் ஒன்றாகவே பார்த்து வந்திருக்கிறோம். உண்மையில் வாழ்க்கை வேறு. சமூகம் வேறு. சமூகம்தான் சிக்கல் நிரம்பியது. வாழ்க்கை அல்ல. வாழ்க்கை பற்றி நமக்கு அதிகமாக ஒன்றும் தெரியாது. ஆனால் வாழ்க்கையின் மீது முழு நம்பிக்கை கொண்டோமானால் வாழ்வது எளிதானது. சமூகத்தில்தான் ஜாதி, மதம் போன்ற விஷயங்களின் ஆதிக்கம் இருக்கிறது. சமூகம் தன் நம்பிக்கைகளை நம் மேல் திணிக்கிறது. அதன் கட்டமைப்பை ஏற்றுக்கொள்ளும்படி நம்மைப் பணிக்கிறது. நம் மனத்தைப் பெருமளவுக்கு அது தன் வயமாக ஆக்கிக்கொண்டு விட்டிருக்கிறது. அதனால்தான் நமக்கு நம் மீது நம்பிக்கை இல்லாமல் போகும் நிலை இங்கு நிலவுகிறது.

நம் எண்ணங்கள் என்று நாம் நினைப்பவை பெரும்பாலும் சமூகம் நமக்குள் திணித்துள்ள நம்பிக்கைகள்தான். அந்த நம்பிக்கைகளுடன் நாம் ஒன்றிப் போய்விட்டிருக்கிறோம் என்ற காரணத்தால் அவை நம்முடைய எண்ணங்கள் என்ற நினைப்பில் வாழ்கிறோம். இந்த வகையில் சமூகம் நம் மனத்தில் தன்னை நிலைநாட்டிக்கொண்டு இருக்கிறது. இது கூடத் தெரியாமல்தான் நாம் வாழ்ந்துகொண்டிருக்கிறோம். சமூகம் நமக்குள் நிலைநாட்டிய மனத்தில் சிக்கிண்டு தவிக்கிறோம். வாழ்க்கையே துன்பங்கள் நிறைந்தது என்று தவறாக நம்பிக்கொண்டிருக்கிறோம். ஜாதி, மதம் போன்ற சமூக நம்பிக்கைகளிலிருந்து நாம்

விடுபட்டுவிட்டால் வாழ்வது பெருமளவுக்கு எளிமையானதாக ஆகிவிடும் என்பதுதான் உண்மை.

○

* *மீனவர் சமூகத்தைச் சேர்ந்த 24 வயதுப் பெண் நான். பி.டெக். (ஐ.டி.) படித்துவிட்டு இப்பொழுது ஒரு தனியார் நிறுவனத்தில் வேலை பார்க்கிறேன். என் தந்தைக்கு உடல் நிலை குன்றியதால் என் தாய் மீன் விற்றுத்தான் என்னையும் என் அக்கா, அண்ணனையும் படிக்க வைத்தார்.*

  நான் படித்து முடித்தவுடன் என் பெற்றோர் வரன் பார்க்கத் தொடங்கினார்கள். ஆனால் முன் பின் தெரியாத ஒருவரை மணக்க எனக்குப் பயமாக இருந்தது. இந்த நிலையில் மூன்று வருடங்களுக்கு முன்பு ஒருவர் என்னைக் காதலிப்பதாகச் சொன்னார். ஆனால் அவர் என்னை விட மூன்று மாதங்கள் வயதில் இளையவர்.

  முதலில் யோசித்தாலும் அவருடைய குணத்தால் ஈர்க்கப்பட்டு நானும் அவரைக் காதலிக்க ஆரம்பித்தேன். நாங்கள் இருவரும் மிகவும் நெருக்கமாகப் பழகினோம்.

  ஒரு கட்டத்தில் என் காதலை என் பெற்றோரிடம் தெரிவித்தேன். முதலில் குடும்ப மானம் போய்விடும் என என்னை மிரட்டி என் மாமாவின் மகனோடு திருமணம் நிச்சயம் செய்தார்கள். ஆனால் என் காதல் விவகாரம் என் மாமா மகனுக்கு தெரியவர அவர் கல்யாணத்தை நிறுத்தி விட்டார். என் காதலன் நல்ல வேலையில் சேர்ந்த பின்னர் என் பெற்றோரைச் சந்தித்து என்னை திருமணம் செய்து தரும்படி வேண்டினார். முதலில் மறுத்தாலும் அவர் மீது நம்பிக்கை உருவானதால் எங்கள் திருமணத்துக்குச் சம்மதம் தெரிவித்தார்கள். ஆனால் அதன் பின் தான் பிரச்னை பூதாகாரமானது. எங்கள் ஜாதியைக் காரணம் காட்டி என் காதலனின் அப்பா எதிர்ப்புத் தெரிவித்தார். 'எப்படியாவது அப்பவைச் சம்மதிக்க வைக்கிறேன். எனக்கு 6 மாதங்கள் அவகாசம் கொடுங்கள்,' என அவர் என் குடும்பத்தினரிடம் கேட்டார். ஆனால் எந்த முன்னேற்றமும் இல்லை. என் குடும்பத்தினரோ அவருடைய குடும்பத்தினரைப் பல முறை சந்தித்து அணுக்கமான உறவை ஏற்படுத்த முயற்சித்தார்கள். ஆனால் அவமானம் மட்டுமே கிடைத்தது. என் காதலர் என்னை உண்மையாக முழுமையாகக் காதலிக்கிறார். ஆனால் அவருடைய பெற்றோர் எங்களை எப்படி அவமானப்படுத்தினாலும் அதைச் சரி செய்ய

முடியாமல் கையாலாகாத் தனத்தோடு வேடிக்கை பார்க்கிறார். இப்படியே 2 ஆண்டுகள் கடந்து விட்டன. 'இனியும் அவரை நம்பிப் பிரயோஜனம் இல்லை,' என்று என் குடும்பத்தினர் சொல்கிறார்கள். இதற்கு மேலும் என் பெற்றோர் என்னால் அவமானப்படக்கூடாது என்பதால் இப்பொழுது வேறொருவரைத் திருமணம் செய்துகொள்ளச் சம்மதம் தெரிவித்துவிட்டேன். ஆனால் நானும் என் காதலரும் சேர்ந்திருந்த நாட்கள், அன்பைப் பரிமாறிக்கொண்ட நாட்களை என்னால் மறக்க முடியவில்லை. நான் எப்படி இன்னொருவரை ஏமாற்றுவது? என்னைத் திருமணம் செய்துக் கொள்ளப் போகும் நபர் தூய்மையானவராக இருக்கலாம். அவருக்கு நான் எப்படி உண்மையான மனைவியாக இருக்க முடியும்? இது போன்ற கேள்விகள் என்னை துளைக்கின்றன.

● முன்பின் தெரியாத ஒருவரை எப்படி மணந்துகொள்வது என்ற பயத்தில் நீங்கள் எடுத்த முடிவுகள் உங்களை இப்போது இங்கே கொண்டுவந்து நிறுத்தியிருக்கின்றன. மீனவர் சமூகத்தில் நீங்கள் பிறந்திருக்கிறீர்கள். அது உங்கள் குடும்பம் செய்யும் தொழில். உங்கள் சுய அடையாளம் இல்லை என்பதை நீங்கள் உணரவேண்டும். செய்யும் தொழிலை வைத்துத் தன் சுய அடையாளத்தை முடிவு செய்யும் வாழ்க்கை முறை முடிவுக்கு வரத் தொடங்கிவிட்டது. உங்களுக்குள் நீங்கள் என்னவாக இருக்கிறீர்கள், யாராக இருக்கிறீர்கள் என்பது மட்டும்தான் முக்கியமானது.

என்னவெல்லாமோ நடந்துவிட்டிருக்கிறது. இப்போது நீங்கள் எங்கே இருக்கிறீர்களோ அங்கிருந்துதான் வாழ்க்கையை நீங்கள் தொடர முடியும். இந்த அளவுக்கு நீங்கள் முன்னேறி வந்திருப்பது குறித்து உங்களை நீங்களே வாழ்த்திக்கொள்ளுங்கள். உங்கள் காதலரின் இயலாமையை ஒப்புக்கொள்ளுங்கள். இதுவரை நடந்ததை உங்கள் வாழ்க்கையின் ஒரு முடிந்துபோன அத்தியாயமாகப் பாருங்கள். புதிதாக அமையவிருக்கும் வாழ்க்கையை முழு நம்பிக்கையுடன் ஏற்றுக்கொள்ளுங்கள். நீங்கள் யாரையும் ஏமாற்றப் போவதில்லை. உங்கள் வாழ்க்கையை நீங்கள் வாழப் போகிறீர்கள். உண்மையான மனைவி என்பதைவிட உங்களுக்கு நீங்கள் உண்மையாக இருப்பதுதான் தூய்மை. அதுதான் முக்கியம். அதுதான் சுயத்தின் கம்பீரம். வேறெதுவும் வேண்டாம். அது போதும் என்பதைத் தெரிந்துகொள்ளுங்கள்.

* பொறியியல் பட்டதாரி நான். என் மேல் எனக்கு நம்பிக்கையே இல்லை. தாழ்வு மனப்பான்மையால் வருந்துகிறேன். மன உளைச்சலுக்கு ஆளாகிறேன். இப்படி இருக்க ஒரு முறை ஒரு உளவியல் நிபுணரை அணுகி என் பிரச்னையைச் சொன்னேன். ஆனால் அவர் என் பெற்றோரை அழைத்து வரும்படி கூறிவிட்டார். என்னால் என் சிக்கலை என் பெற்றோரிடம் வெளிப்படுத்த முடியவில்லை. நல்ல வேலைக்கு போக வேண்டும் என்ற கனவோடு இருக்கிறேன். ஆனால் மன உளைச்சலால் என்ன செய்வது என்று அறியாமல் திகைத்துப் போய் நிற்கிறேன்.

* நீங்கள் கொடுத்துள்ள தகவல் மிகவும் குறைவானது. அதை மட்டும் வைத்துக்கொண்டு பார்க்கும்போது, நீங்கள் சந்தித்த உளவியல் நிபுணர் ஏன் உங்கள் பெற்றோரை வரச் சொன்னார் என்பது தெளிவாகத் தெரியவில்லை. ஒரு கட்டத்தில் உங்கள் பெற்றோரைப் பார்க்க அவர் விரும்புவது நியாயம்தான். ஆனால் உங்களுக்கு அதில் விருப்பமில்லை என்னும் பட்சத்தில் அவர்களை அவர் சந்திக்க வேண்டிய நிர்ப்பந்தம் எதுவுமில்லை. அவரிடம் இதைச் சொன்னீர்களா? சொல்லியும் அவர் நிர்ப்பந்தப்படுத்தினார் என்றால் வேறொரு நல்ல உளவியல் நிபுணரை நீங்கள் சந்திக்கலாம். எந்த உளவியல் நிபுணரையும் விட நீங்கள்தான் முக்கியம். ஒரு நல்ல உளவியல் நிபுணர் உங்களுக்கு உதவ முடியும் என்பது உண்மையானாலும், முடிவில் உங்கள் சுய நம்பிக்கை உங்களிடம்தான் இருக்கிறது. உங்கள் தாழ்வு மனப்பான்மையை நீங்கள்தான் நிலைப்படுத்தி வைத்திருக்கிறீர்கள் என்பதைப் புரிந்துகொள்ளுங்கள். 'என் வாழ்க்கை என் கையில்' என்ற புதிய நம்பிக்கையுடன் புதியதொரு வாழ்க்கையைத் தொடங்குங்கள்.

வாரம் 20

மனமுதிர்ச்சி

மனமுதிர்ச்சி என்பது என்ன? அதன் அளவைகள் என்ன? மற்றவர்களுடைய எதிர்பார்ப்பின்படி நடந்துகொள்வது மனமுதிர்ச்சியா? ஒருவர் மனமுதிர்ச்சி உள்ளவரா இல்லையா என்பதை அவர் நடவடிக்கைகளை வைத்து எப்படிக் கண்டு கொள்வது? வயதாகிவிட்டால் மனமுதிர்ச்சி தானாக வந்துவிடுமா? அப்படியென்றால் முதியவர்கள் எல்லோரும் மனமுதிர்ச்சி உள்ளவர்களா?

தன்னை ஓரளவுக்குப் புரிந்துகொண்டு, மற்றவர்களையும், சந்தர்ப்ப சூழ்நிலைகளையும் கணக்கில் எடுத்துக்கொண்டு ஒருவர் நடந்து கொண்டால் அவரை மனமுதிர்ச்சி உள்ளவர் என்று சொல்லலாம். தன்னை மற்றவர்களின் இடத்தில் வைத்துப்பார்க்கும் பக்குவம் மனமுதிர்ச்சி உள்ளவர்களிடம் மட்டும்தான் இருக்கும். குறைந்த பட்ச அறிவுணர்வு கூட இல்லாத ஒருவரின் சிந்தனை, நடவடிக்கை எல்லாமே இயந்திரத்தனமானதாகத்தான் இருக்கும். தன் எல்லையைக் கடந்து பார்க்க அவர்களால் முடியாது. அறிவுணர்வுதான் மனத்தில் 'நான்' என்னும் உணர்வாகப் பிரதிபலிக்கிறது. அதுதான் நம் சுயத்தின் அடையாளம். மென்மையுணர்வு, அழகுணர்வு, நிதானம், அன்பு, தீர்க்கமான சிந்தனை போன்ற தன்மைகள் எல்லாமே அறிவுணர்வு சார்ந்தவைதான். அறிவுணர்வின் அளவுதான்

மனமுதிர்ச்சியின் அளவுகோல். அறிவுணர்வுதான் இந்தக் கணத்தில் நம்மை நிலைகொள்ள வைக்கும்.

○

❋ நான் ஒரு பொறியியல் பட்டதாரி. சிவில் சர்வீஸ் தேர்வில் முதல் கட்டத்தை வெற்றிகரமாக முடித்துவிட்டேன். அடுத்த நிலைகளுக்கு தயாராகிக் கொண்டிருக்கிறேன். நானும் என் மாமாவின் மகனும் கடந்த 8 வருடங்களாகக் காதலித்து வருகிறோம். இருவர் வீட்டாரும் முழு சம்மதம் தெரிவித்து அடுத்த மாதம் எங்களுக்கு நிச்சயதார்த்தம் நடக்கவிருக்கிறது. இத்தனை ஆண்டுகள் இருவரும் ஒருவருக்கொருவர் எல்லாச் சூழலிலும் உறுதுணையாக இருந்திருக்கிறோம். நான் சிவில் சர்வீஸ் தேர்ந்தெடுக்க என்னை மிகவும் ஊக்குவித்தது அவர்தான். சில மாதங்களுக்கு முன்னர் வங்கி நுழைவுத் தேர்வில் தேர்ச்சி பெற்றுப் பயிற்சிக்காக ஹைதராபாத் சென்றார். அங்கு ஒரு பெண்ணுடன் நட்பு ஏற்பட்டிருக்கிறது. ஒரு கட்டத்தில் அவள் காதலை வெளிப்படுத்தி இருக்கிறாள். ஆனால் இவர் எங்களுடைய காதலை எடுத்துரைத்து அவளுடைய காதலை மறுத்துள்ளார். இவ்வளவு நடந்ததையும் என்னிடம் வெளிப்படையாகத் தொலைபேசியில் சொன்னார். அதன் பின் நானும் அவளைப் பற்றி அவரிடம் கேட்கவில்லை. தினமும் இரவில் தொலைபேசியில் பேசுவது எங்கள் வழக்கம். ஆனால் நாட்கள் செல்லச் செல்ல என்னுடன் பேசும் நேரத்தைக் குறைக்க ஆரம்பித்தார். நானே தொடர்பு கொண்டாலும் என்னைத் தவிர்க்கத் தொடங்கினார். இந்நிலையில் அந்த பெண்ணுடன் ஒரு நாள் ஏசி கம்பார்ட்மெண்ட் ரயிலில் தனியாகப் பயணித்துள்ளார். அந்த பயணத்தின்போது இருவரும் வரம்பு மீறி உறவு கொண்டிருக்கிறார்கள். அன்றுகூட என்னுடன் அவர் தொலைபேசியில் பேசினார். ஆனால் அவர்கள் இருவருக்கும் இடையில் என்ன நடந்தது என்பதைக் காட்டிக்கொள்ளவில்லை. ஆனால் அந்தப் பெண்ணுக்கு வேறொரு காதலன் இதற்கு முன்பே இருந்திருக்கிறார். அவர் இவர்களுடைய நடவடிக்கையில் சந்தேகம் கொண்டு அந்த ரயில் பயணத்தின்போது மீண்டும் மீண்டும் தொலைபேசியில் அழைக்க என்னுடைய காதலன் பதற்றத்தில் எல்லா உண்மையும் அவனிடம் ஒப்புக்கொண்டார். உடனே அந்தப் பெண்ணின் பழைய காதலன் என்னை அழைத்து, நடந்த விவகாரத்தை ஒன்றுவிடாமல் சொல்லிவிட்டார். இப்பொழுது எங்கள் இரு வீட்டாரும் எங்களுடைய திருமண

நிச்சயதார்த்த வேலைகளை மகிழ்ச்சியோடு செய்யத் தொடங்கிவிட்டார்கள். என் காதலனோ, "தயவு செய்து நடந்த சம்பவங்களைப் போட்டு உடைத்துவிடாதே," என என்னிடம் கெஞ்சுகிறார். அவரை மன்னிப்பதா? அல்லது என் பெற்றோரிடம் உண்மையைச் சொல்லிவிடவா? நான் மிக மோசமான மன உளைச்சலுக்கு ஆளாகியுள்ளேன்.

❋ நீங்கள் இப்போது என்ன செய்யவேண்டும் என்பதை முடிவு செய்வதற்கு முன்னால் இந்த நிலைமை குறித்த தெளிவு உங்களுக்கு அவசியம் தேவை. பல கேள்விகளுக்கு நீங்கள் விடைகாண வேண்டும். இந்த விஷயத்தில் உங்கள் மேல் எந்தத் தவறும் இல்லை என்பது வெளிப்படை. இந்த விஷயத்தை நீங்கள் எப்படிப் பார்க்கிறீர்கள்? உங்கள் காதலை இப்போது என்னவாகக் காண்கிறீர்கள்? எட்டு வருடங்களாகக் காதலித்திருக்கிறீர்கள். அது இப்போது அடிப்படையிலேயே ஆட்டம் கண்டிருக்கிறது. உங்கள் காதலரின் மனமுதிர்ச்சி பற்றி நீங்கள் என்ன நினைக்கிறீர்கள்? உங்களை ஏமாற்றவேண்டும் என்ற எண்ணத்தில் இவ்வாறு நடந்துகொண்டிருக்கிறாரா அல்லது முதிர்ச்சியின்மை காரணமா? நடந்ததற்குக் காரணம் முதிர்ச்சியின்மைதான் என்றால் நீங்கள் என்ன செய்வதாக உத்தேசம்? இதில் அந்தப் பெண்ணின் பங்கு என்ன? அந்தப் பெண் தன் விருப்பத்தைத் தெரிவித்தபோது இவர் முதலில் மறுத்திருக்கிறார். அதன் பிறகு நடந்ததற்கு அந்தப் பெண் எந்த அளவுக்குப் பொறுப்பு? இப்போது அவர் தன்னைக் காட்டிக்கொடுத்துவிட வேண்டாம் என்று உங்களிடம் கேட்பது தன் தவறை உணர்ந்ததனாலா அல்லது பின் விளைவுகள் குறித்த அச்சம்தான் காரணமா? அவரை மன்னித்து நீங்கள் ஏற்றுக்கொண்டால் என்ன ஆகும்? அல்லது நடந்த உண்மைகளை உங்கள் பெற்றோரிடம் சொன்னால் என்ன ஆகும்? உங்களுக்கு எது நல்லது?

நீங்கள் ஒரு புத்திசாலியான பெண் என்று தெரிகிறது. இந்த விஷயத்தில் நீங்கள் என்ன முடிவெடுத்தாலும் அது சரிதான். ஆனால் நன்றாகச் சிந்தித்து முடிவெடுப்பது நல்லது. மேலே சொன்ன கேள்விகள் குறித்து நிதானமாகச் சிந்தியுங்கள். தேவைப்பட்டால் அவரிடம் ஒருமுறை விவரமாகப் பேசுங்கள். இப்போது அவர் எந்த மாதிரியான மனநிலையில் இருக்கிறார் என்பதைப் புரிந்துகொள்ளுங்கள். நிதானமாக நடந்துகொள்ளுங்கள். விஷயம் தெளிவாகப் புரிவதற்கு முன்னால் எந்த முடிவையும் எடுக்க வேண்டாம். புரிந்த பிறகு நீங்கள் என்ன முடிவெடுத்தாலும் அதற்கான பொறுப்பை

நீங்கள் ஏற்றுக்கொள்ளுங்கள். இது உங்கள் வாழ்க்கை. உங்கள் முடிவுதான் உங்களுக்குச் சரி என்ற கண்ணோட்டத்தில் பாருங்கள். உங்கள் பெற்றோர் திருமணத்திற்கு ஏற்பாடுகள் செய்கிறார்கள் என்ற ஒரே காரணத்திற்காக இந்தத் திருமணத்திற்கு ஒப்புக்கொள்ள வேண்டாம்.

○

* தனியார் நிறுவனம் ஒன்றில் வேலை பார்த்து வருகிறேன். என்னுடன்தான் அவளும் வேலை பார்க்கிறாள். அவள் வேறு துறையைச் சேர்ந்தவள். எதார்த்தமாக அவளைச்சந்தித்துப் பேசத் தொடங்கினேன். அவளும் ஓரிரு வார்த்தைகள் பேசினாள். ஒரு நாள் "வேலை முடிந்து வீடு திரும்பும் போது இருவரும் பேசிக்கொண்டே போகலாமா?" எனக் கேட்டேன். அவள் "வேண்டாம்," என மறுத்துவிட்டாள். சில நாட்களுக்குப் பிறகு அவளுடைய தொலைபேசி எண்ணைக் கண்டறிந்து வாட்ஸ் அப்பில் "என் இறுதி மூச்சுள்ளவரை உன் தோழனாக இருக்க விரும்புகிறேன்," என மெசேஜ் அனுப்பினேன். அன்று இரவே "உங்களைத் தொந்தரவு செய்திருந்தால் மன்னிக்கவும்," என அடுத்த மெசேஜ் அனுப்பினேன். அடுத்த நாள் வாட்ஸ்ஷாப் பட்டியலில் என் பெயரை நீக்கிவிட்டாள். உடனே "ஏன் நேற்றே என் பெயரை நீக்கவில்லை? உங்களுக்கு என்னைப் பிடிக்கவில்லை என்பது புரிகிறது. ஓகே, பை, டேக் கேர்," என எஸ்.எம்.எஸ். அனுப்பினேன். சில நாட்கள் கழித்துப் பேஸ்புக்கில் ஃப்ரெண்ட் ரெக்வஸ்ட் அனுப்பினேன். அதற்கும் "இப்பொழுது இல்லை" என்ற ஆப்ஷனைத் தட்டி விட்டாள். தினமும் நான் அவளைப் பார்க்கிறேன். ஆனால் அவளோ என்னைக் கண்டு கொள்வதே இல்லை. எனக்குச் சில உண்மைகள் தெரிந்தாக வேண்டும்.

1. என்னை நண்பனாக ஏற்க அவள் மறுப்பது ஏன்?
2. ஒரு பதில்கூடச் சொல்லாதது ஏன்?
3. என்னை ஏன் அவள் புரிந்துகொள்ளவில்லை?
4. என்னை மனிதனாகக்கூட அவள் மதிக்கவில்லையா?

● நீங்கள் நடந்துகொண்ட விதத்தில் உங்களிடம் மிகுந்த தாழ்வு மனப்பான்மை இருப்பது தெரிகிறது. நீங்களே உங்களை மிகவும் தாழ்மைப்படுத்திக்கொள்கிறீர்கள். வேண்டாம் என்று சொல்லும் பெண்ணிடம் ஏன் திரும்பத் திரும்பப் போகிறீர்கள்? உங்களையே எதற்காக இப்படி வருத்திக்கொள்கிறீர்கள்?

பதில் சொல்லவில்லை என்று ஏன் சொல்கிறீர்கள்? இதைவிடத் தெளிவாகவும் வெளிப்படையாகவும் எப்படிச் சொல்ல முடியும்? 'பேசிக்கொண்டே போகலாமா?' என்று நீங்கள் கேட்டதற்கு, 'வேண்டாம்,' என்று தெளிவாகச் சொல்லியிருக்கிறாள். நீங்கள் அதோடு விட்டிருக்கவேண்டும். அதுதான் நாகரிகம். அதோடு நில்லாமல் நீங்கள் அவளுடைய தொலைபேசி எண்ணைக் கண்டுபிடித்து வாட்ஸாப் மெஸேஜ் அனுப்பியிருக்கிறீர்கள். அதற்கும் அவள் உங்கள் பெயரை பட்டியலிலிருந்த நீக்கியதன் மூலம் பதில் சொல்லிவிட்டாள். 'உங்களுக்கு என்னைப் பிடிக்கவில்லை என்று தெரிகிறது. டேக் கேர்,' என்று சொல்லிவிட்டு, அதோடு விடாமல், பேஸ்புக்கில் ஃப்ரெண்ட் ரிக்வெஸ்ட் அனுப்பியிருக்கிறீர்கள். உங்கள் தொல்லை தாங்க முடியாமல் அவள் 'இப்பொழுது இல்லை,' என்ற ஆப்ஷனைத் தட்டிவிட்டிருக்கிறாள். இதைவிட வெளிப்படையாக என்ன சொல்வது? மிகவும் நாகரிகமாக அவள் நடந்துகொண்டிருக்கிறாள். நீங்களும் நாகரிகமாக நடந்துகொண்டு அவளை இதற்குமேல் தொந்தரவு செய்யாமல் விட்டுவிடுவதுதான் சரி. உங்களை நண்பனாக ஏற்றுக்கொள்வதும் ஏற்றுக்கொள்ளாததும் அவளுடைய விருப்பம். அவள் எதற்காக உங்களைப் புரிந்துகொள்ள வேண்டும்? உங்களை நீங்கள் மதிக்கத் தொடங்குங்கள். பிறகு உங்கள் வாழ்க்கையில் எல்லாமே சரியாக நடக்கும்.

வாரம் 21

அகமும் புறமும்

நம் வாழ்க்கை அகம் – புறம் என்று இரண்டு தளங்களில் நடக்கிறது. இரண்டும் சம அளவிலான முக்கியத்துவம் வாய்ந்தவை. இரண்டும் ஒன்றோடொன்று இணைந்தவை. ஒன்றையொன்று பாதிக்கக் கூடியவை. ஆனால் நம்மில் பெரும்பாலானோரின் மனங்கள் பெருமளவுக்கு உள்ளேயோ அல்லது அதிக அளவுக்கு வெளியேயோதான் நிலைகொண்டிருக்கிறது. வெளியே நோக்கிக் கவனத்தை வைத்திருப்பவர்கள் வாழ்க்கையில் வெற்றி பெறுவது, பணம் சம்பாதிப்பது போன்ற முற்றிலும் புறவயமான விஷயங்களிலேயே கவனம் செலுத்துகிறார்கள். உள்நோக்கிய பார்வையுடன் இருப்பவர்கள் தம் உணர்ச்சிகளிலும் மன ஓட்டத்திலும் லயித்து வாழ்கிறார்கள். இருவருமே அரைகுறை வாழ்க்கை வாழ்கிறார்கள் என்பதுதான் உண்மை.

வெளிப்புறப் பார்வை உள்ளவர்கள் தம் அகவளர்ச்சி குறித்த அக்கறை ஏதும் இல்லாமல் இருப்பதால் அவர்கள் மனத்தில் பல சிக்கல்களும் குழப்பங்களும் ஏற்பட வாய்ப்பு இருக்கிறது. உட்புறப் பார்வை உள்ளவர்கள் வெளியே நடக்கும் விஷயங்களில் அக்கறை ஏதும் செலுத்தாமல், வாழ்க்கை ஓட்டத்தில் பங்கு கொள்ளாமல் காலம் கழிக்கிறார்கள். புறவாழ்க்கையின் இயக்கம் பற்றிய தெளிவு இல்லாமல் அவர்கள் இருக்கிறார்கள்.

நதியின் இரண்டு கரைகள் போல உள்ளும் புறமும் வாழ்க்கை ஓட்டத்தின் இரண்டு கரைகள். இந்த இரண்டு கரைகளின் இடையேதான் வாழ்க்கை நதி சீராக ஓட முடியும்.

○

* நான் ஒரு ஹவுஸ் வைப். என் கணவர், எல்லோரிடத்திலும் கேலிக் கிண்டலாகப் பேசும் சுபாவம் உடையவர். ஆனால் சமீபகாலமாக அவர் நடவடிக்கையில் எனக்குச் சில குழப்பங்கள் உள்ளன. அவர் அடிக்கடி ஒரு பெண்ணுடன் தொலைபேசியில் சிரித்துச் சிரித்துப் பேசுகிறார். சரி, ஏதோ ஒரு பெண் தோழிதான், அதனால் தவறாக எண்ணக்கூடாது என விட்டுவிட்டேன். ஆனால் ஒரு நாள் வீட்டிலிருக்கும் போதே தொலைபேசியில் அந்த பெண்ணிடம் ஆபாசமான வார்த்தைகளில் கேலிக் கிண்டலாகப் பேசிக்கொண்டிருந்தார். அதைக் கண்டதும் அதிர்ச்சி அடைந்தேன். அவரை அழைத்துக் கண்டித்தேன். உடனே அவர் "நான் அப்படிப் பேசியது தவறுதான். தெரியாமல் விளையாட்டுத்தனமாகப் பேசிவிட்டேன். இனி மேல் இப்படி நடந்து கொள்ளமாட்டேன். என்னை மன்னித்துவிடு," என்றார். ஆனால் என் மனம் சமாதானம் அடையவில்லை. நானோ வீட்டுக்குள்ளேயே இருப்பவள். அவரும், அந்த பெண்ணும் நகரத்தில் ஒரே இடத்தில்தான் வேலை பார்க்கிறார்கள். என் கணவர் மீது சந்தேகம் கொள்ளக் கூடாது என்றுதான் நினைக்கிறேன். ஆனால் நான் சஞ்சலத்துக்கு உள்ளாகியிருக்கிறேன். என் மனம் தெளிவடைய ஒரு வழி சொல்லுங்கள்.

* இதுபோல் பெண்களிடம் பேசும் பழக்கம் உள்ள ஆண்கள் உண்டு. அவர்களுக்கு அது தவறாகத் தெரியாது. அவர்கள் மனப்பாங்கிலேயே இப்படி ஒரு பழக்கம் இருக்கும். அதை வைத்துக்கொண்டு உடனடியாக அவர்களைப் பற்றி எந்த முடிவுக்கும் வந்துவிட முடியாது.

மறுபுறம் எதற்கெடுத்தாலும் சந்தேகப்படும் வழக்கம் உள்ளவர்களும் உண்டு. தொட்டதெற்கெல்லாம் இது இப்படியோ, அப்படியோ என்று நினைக்கும் சந்தேகப் பிராணியாக அவர்கள் இருப்பார்கள். ஆனால் நீங்கள் சொல்வதிலிருந்து நீங்கள் அந்த மாதிரியானவர் இல்லை என்பது தெரிகிறது. கவலைப்பட்டுக்கொண்டு, எந்நேரமும் சஞ்சலத்தில் மூழ்கி இருக்காதீர்கள். உங்கள் கணவரிடம் மனம்விட்டு உங்கள் வருத்தங்களைப்பற்றி நேரடியாகப் பேசுங்கள். உங்கள் கவலைகளைப் பகிர்ந்துகொள்ளுங்கள்.

அதற்காகக் கண்ணை மூடிக்கொண்டு உங்களை இருக்கச் சொல்லவில்லை. மேற்கொண்டு கொஞ்ச காலம் கவனியுங்கள். தொடர்ந்து இதேபோல் நடந்தால் அவரை அழைத்துக் கொண்டு ஒரு உளவியல் ஆலோசகரைப் போய்ச் சந்தியுங்கள். ஒரு புறநிலைக்கண்ணோட்டத்துடன் விஷயத்தை அணுகிப் பார்ப்பதற்கு அது வசதியாக இருக்கும்.

○

❋ நான் பொறியியல் இரண்டாம் ஆண்டு படிக்கிறேன். மிகவும் குழம்பிப் போயிருக்கிறேன். என் கேள்விகளை ஒவ்வொன்றாகச் சொல்கிறேன்.

1. முன்பெல்லாம் நான் பல போட்டிகளில் கலந்து கொள்வேன். ஆனால் இப்போது கலந்து கொள்வதில்லை. ஏனென்றால் இப்போது கூச்சவுணர்வு வந்துவிட்டிருக்கிறது. ஏதோ எனக்குப் பயமாக இருக்கிறது. ஏனென்றே தெரியவில்லை.

2. இப்போதெல்லாம் சிறு தவறுகளுக்குக் கூடப் பெரும் குற்றவுணர்ச்சிக்கு உள்ளாகிறேன். முன்பு நான் இப்படி இருந்ததில்லை. தெரியாமல் ஃப்ளிப்கார்ட்டில் இரண்டு முறை ஒரு பொருளை ஆர்டர் செய்துவிட்டேன். அது மாற்ற முடியாத ஆர்டர். இது குறித்து நான் மிகுந்த குற்றவுணர்ச்சிக்கு ஆட்பட்டேன். மிகவும் அழுதேன். ஏன் என்று தெரியவில்லை. இது மட்டுமில்லை. இதுபோல் பல விஷயங்கள்.

3. முன்பு நண்பர்களிடம் பல விஷயங்களைப் பகிர்ந்து கொள்வேன். ஆனால் இப்போதெல்லாம் அது முடிவதில்லை. ஏதோ என்னைத் தடுக்கிறது. பேசுவதற்கு முன்னால் என்ன சொல்லவேண்டும் என்பது பற்றி மிகவும் யோசிக்கிறேன். நான் சொல்ல நினைப்பதில் 10% கூடச் சொல்வதில்லை.

4. பெரும்பாலும் நான் எனக்குள்ளேயே பேசிக்கொண் டிருக்கிறேன். அதாவது நான் யாரிடம் பேச விரும்புகிறேனோ அவர்களுடன் பேசுவதாகக் கற்பனை செய்துகொண்டு எனக்குள்ளேயே பேசிக்கொண்டிருக்கிறேன்.

5. எந்நேரமும் தனிமை கவிந்து வேதனையுடன் இருக்கிறேன். ஏன் இப்படி? என்ன ஆயிற்று எனக்கு?

❋ நீங்கள் சொல்வதையெல்லாம் வைத்துப் பார்க்கும்போது பெருமளவுக்கு நீங்கள் மன அழுத்தத்துக்கு ஆளாகியிருக் கிறீர்கள் என்று தெரிகிறது. உங்களை நீங்களே தாழ்மையாக

நினைத்துக்கொள்கிறீர்கள் என்று பொதுவாகச் சொல்லலாம். சமீப காலத்தில் உங்கள் வாழ்க்கையில் பெரிய மாற்றம் ஏதாவது நிகழ்ந்திருக்கிறதா என்பதும் முக்கியம். காரணம் ஏதுமில்லாமல் இவ்வாறு திடீரென்று நடக்காது.

நீங்கள் சொல்லியிருக்கும் தகவல் போதாது. மேலும் விவரமாகவும் ஆழமாகவும் பேசினால்தான் உங்களுக்குப் பயன்படும்படியாக ஏதாவது சொல்ல முடியும். நீங்கள் மனநல மருத்துவர் ஒருவரைப் பார்ப்பது பயன் அளிக்கக்கூடும். கூடவே உளவியல் ஆலோசகர் ஒருவரையும் சந்தியுங்கள். காலம் தாழ்த்தவேண்டாம்.

வாரம் 22

மேல்மனமும் ஆழ்மனமும்

மனம் என்னும் பரிமாணத்தில் நமக்கு மேல்மனம், ஆழ்மனம் என்று இரண்டு தளங்கள் இயங்குகின்றன. பொதுவாக மேல்மனத்தைத்தான் நாம் 'நான்' என்று நினைக்கிறோம். அதுதான் 'நாம்' என்று சமூகமும் கலாச்சாரச் சக்திகளும் நமக்குச் சொல்லிக் கொடுத்திருக்கின்றன. அதன் காரணத்தால் ஆழ்மனத்தை நாம் இன்னும் அறிந்து கொள்ளாமல் இருக்கிறோம். நம் வாழ்க்கைச் சிக்கல்கள் அனைத்திற்கும் இந்த அறியாமைதான் காரணம் என்று கூடச் சொல்லிவிட முடியும்.

வாழ்க்கையின் ஓட்டமும் உறவின் இயக்கமும் மேல்மனத்தின் கட்டுகளுக்குள் அடங்காதவை. எந்தக் கணத்தில் அது எந்தத் திசையில் நகரும் என்று முன்கூட்டி நம்மால் தெரிந்துகொண்டுவிட முடியாது. வாழ்க்கையும் உறவுகளின் இயக்கமும் ஆழ்மனச்சக்திகளின் வெளிப்பாடு. ஆழ்மனம் நம் மேல்மனத்தின் கட்டுப்பாட்டுக்குள் இல்லை. அதன் காரணத்தால் வாழ்க்கை ஓட்டமும் உறவின் இயக்கமும் கூட நம் கட்டுப்பாட்டுக்குள் இருப்பதில்லை. நம் எதிர்பார்ப்புகளும் கணிப்புகளும் மேல்மனம் சார்ந்தவையாக இருக்கின்றன. மேல்மனத்தின் எல்லைகளுக்குள் வாழ்க்கையும் உறவுகளும் அடங்காமற்போகும் காரணத்தால் வாழ்க்கை ஓட்டமும் உறவுகளும் சிக்கலாகிப் போகின்றன. ஆழ்மனத்தைப் பற்றிய பயங்களிலிருந்து விடுபட்டு அது பற்றிய தெளிவு அடைவது அவசியம். நம் ஆழ்மனமும் நாம்தான் என்று நாம் ஏற்றுக்

கொள்ளவேண்டும். அப்போதுதான் வாழ்க்கையும் உறவுகளும் முழுமை அடைய முடியும். அவற்றின் இலக்கணங்களும் நமக்குப் புரியவரும்.

○

* பொறியியல் பட்டம் பெற்ற நான் தற்போது ஒரு தனியார் நிறுவனத்தில் பணிபுரிந்து வருகிறேன். என் நெருங்கிய உறவினரின் மகளைச் சிறுவயதிலிருந்தே எனக்கு மிகவும் பிடிக்கும். வருடா வருடம் ஊர்த் திருவிழாவில் பார்த்திருக்கிறேன் ஆனால் பேசியது இல்லை. அவள் தற்போது என்ன செய்கிறாள் என்ற விவரத்தை அறிய உறவினர் ஒருவரிடம் விசாரித்தேன். உடனே அவனும் அந்தப் பெண்ணும் காதலிப்பதாக அவன் கூறினான். மேலும் அந்தப் பெண்ணைப் பற்றி இனி நான் எதையுமே விசாரிக்கக்கூடாது என்றான். அதுமட்டுமல்லாமல், தான் அந்த பெண்ணைக் காதலிப்பதாக தெரு முழுவதும் கூறியுள்ளான். இப்போது என்ன செய்வதென்று புரியாமல் நான் இருக்கிறேன். அந்த பெண்ணிடம் சென்று என் விருப்பத்தைத் தெரிவிக்கலாமா? இல்லை விட்டுவிடலாமா? ஒரு பெண்ணால் எனக்கும் அவனுக்கும் இடையே மனக்கசப்பு வந்துவிடக்கூடாது என்று எண்ணுகிறேன். நான் மிகுந்த மனக் குழப்பத்தில் உள்ளேன்.

* தொடக்கத்திலிருந்து இதுவரை எல்லாமே உங்களுக்குள்ளே மட்டும்தான் நடந்துவந்திருக்கிறது. சிறு வயதிலிருந்தே அவளைப் பார்த்து வந்திருக்கிறீர்கள். ஆனால் பேசியது இல்லை. கடைசியில் கூட அவளைப் பற்றி வேறு யாரிடமோ விசாரித்திருக்கிறீர்கள். அவர் உங்களை இன்னும் குழப்பி விட்டிருக்கிறார். அவர் சொல்வது உண்மையா என்பதும் உங்களுக்குத் தெரியாது. அவளைக் காதலிப்பதாகத் தெரு முழுவதும் அவர் சொல்லியிருப்பது கூட உண்மைதானா என்று தெரியாது. இதில் அந்தப் பெண் என்ன நினைக்கிறாள் என்பது பற்றிக் கூட அந்த உறவினர் சொல்வதுதான் உங்களுக்குத் தெரியும். உண்மையில் என்ன நடந்துகொண்டிருக்கிறது என்பது உங்களுக்கு முற்றிலும் தெரியாது. இதுதான் நிலைமை.

இதில் இன்னொரு விஷயம் என்னவென்றால் இந்தப் பெண் விஷயமாக அந்த உறவினருடன் மனக்கசப்பு வந்துவிடக்கூடாது என்ற கட்டுப்பாடு வேறு வைத்திருக்கிறீர்கள். அதுவும் உங்கள் மனத்தில்தான்.

இப்படி உங்கள் வாழ்க்கையை நீங்கள் உங்கள் மனத்தில் மட்டுமே வாழ்ந்துகொண்டிருக்கிறீர்கள் என்பதை முதலில்

தெரிந்துகொள்ளுங்கள். கொஞ்ச நாட்களுக்கு எந்த முடிவும் எடுக்காமல் இருங்கள். இப்போது நீங்கள் என்ன முடிவெடுத்தாலும் அது மேலும் குழப்பத்திற்குள்தான் உங்களை இட்டுச் செல்லும். முதலில் உங்கள் மனத்தில் உங்களைப் பற்றியும் வாழ்க்கை பற்றியும் ஓரளவுக்காவது தெளிவு வரட்டும். அதன் பிறகு ஆழமாகச் சிந்தித்து முடிவெடுங்கள்.

○

* நான் பங்களூரில் ஒரு தனியார் நிறுவனத்தில் அக்கவுண்ட்ஸ் துறையில் வேலை பார்க்கிறேன். என் பெற்றோர் எனக்குப் பார்த்து, நிச்சயித்த பெண்ணைத் திருமணம் செய்யவிருக்கிறேன். எங்கள் இருவருக்கும் நிச்சயமாகி ஆறு மாதங்கள் ஆகின்றன. எனவே கடந்த ஆறு மாதங்களாக நாங்கள் இருவரும் தொலைபேசியில் உரையாடிக் கொண்டிருக்கிறோம் அவ்வப்போது சந்திக்கவும் செய்வோம். இப்படியாக எங்கள் வாழ்க்கை, விருப்பு, வெறுப்பு என அனைத்தையும் பேசி ஒருவரை ஒருவர் புரிந்துகொண்டோம். ஆனால் ஒரு கட்டத்தில் நாங்கள் நெருக்கமானபோதுதான் அவளுக்கு உறவுகொள்ள விருப்பமில்லை என்பது எனக்கு புரியவந்தது. அந்த நாளுக்குப் பிறகு என்னைத் தவிர்க்க ஆரம்பித்தாள். அதன்பின்தான் அவளுக்கு திருமணத்தில் விருப்பம் இல்லை என்பதே எனக்குப் புரியவந்தது. பெற்றோருக்குக் கட்டுப்பட்டுத்தான் அவள் திருமணம் செய்துகொள்ளச் சம்மதித்திருக்கிறாள். ஆனால் நான் அவளை ஆழமாகக் காதலிக்கத் தொடங்கிவிட்டேன். நீண்ட நாட்கள் கழித்து இப்போது மீண்டும் திருமணத்துக்குச் சம்மதம் தெரிவித்திருக்கிறாள். ஆனால் இப்போதும் அவளுடைய பெற்றோர்தான் கட்டாயப்படுத்தியிருக்கிறார்கள் என்பதைச் சமீபத்தில்தான் கண்டுபிடித்தேன். நான் அவளுடைய பண்பை நேசிக்கிறேன். அவளுடைய அத்தனை குணங்களும் எனக்கு மிகவும் பிடிக்கும். அவளை இழக்க நான் தயாராக இல்லை. நான் என்ன செய்ய?

● 'நான் அவளுடைய பண்பை நேசிக்கிறேன். அவளுடைய அத்தனை குணங்களும் எனக்கு மிகவும் பிடிக்கும். அவளை இழக்க நான் தயாராக இல்லை,' என்கிறீர்கள். உங்கள் இதயம் அவள் வேண்டும் என்று சொல்கிறது. உங்கள் மனம், அவளுக்கு உறவுகொள்ள விருப்பமில்லை என்னும் உண்மையை எதிர்கொண்டு நிற்கிறது. அவள் திருமணமே வேண்டாம் என்றுதான் நினைக்கிறாள். பெற்றோரின்

கட்டாயத்தினால்தான் திருமணத்திற்கே சம்மதித்திருக்கிறாள். இந்த நிலையில் நீங்கள் அவளைத் திருமணம் செய்துகொள்ளும் பட்சத்தில் உங்கள் மணவாழ்க்கை எப்படி இருக்கும்? அவளுடைய பண்புகளுக்காகவும் குணங்களுக்காகவும் அவளை ஏற்றுக்கொண்டு வாழ நீங்கள் தயாரா? எவ்வளவு நாட்கள் இந்த மாதிரி வாழ முடியும் என்று நீங்கள் நினைக்கிறீர்கள்? ஒரு கட்டத்திற்கு மேல் அவள் மீது உங்களுக்கு வெறுப்பு வராது என்று என்ன நிச்சயம்?

உங்கள் உணர்ச்சிகளும் சிந்தனைப் போக்கும் எனக்குப் புரிகிறது. திருமணம் வாழ்நாள் முழுவதும் இருக்கப் போகும் உறவு. அதில் உணர்ச்சி பூர்வமான முடிவுகளுக்கு இடம் உண்டா? அவளை இழக்க நீங்கள் தயாராக இல்லை. ஆனால் இதில் அவளுடைய விருப்பம் என்ன? அதற்கு என்ன முக்கியத்துவம் கொடுக்கிறீர்கள்? உறவு என்பது பற்றி உங்கள் அபிப்பிராயம் என்ன?

இவ்வளவு விஷயங்கள் பற்றியும் நீங்கள் சிந்தித்து முடிவெடுக்க வேண்டும். இல்லையென்றால் உணர்ச்சிகளின் அடிப்படையில் சிக்கலில் மாட்டிக்கொள்ளும் வாய்ப்பு இருக்கிறது. கவனத்துடன் செயல்படுங்கள்.

வாரம் 23

மனநிறைவு

நாம் மன நிறைவுடன் வாழ்கிறோமா? நமக்குள் நம்மைப் பற்றியும் நம் வாழ்க்கை குறித்தும் திருப்தி இருக்கிறதா? நம் இருப்பையும் நம் சுயத்தையும் நாம் முழுமையாக அங்கீகரிக்கிறோமா? அல்லது எந்நேரமும் நம்மை மற்றவர்களின் பார்வையிலிருந்து பார்த்து அவர்களின் அளவுகோல்களால் நம்மை அளந்துகொண்டே இருக்கிறோமா? நம் மீது நமக்கு மதிப்பும் மரியாதையும் இருக்கிறதா? நம்மை நமக்கு எவ்வளவு பிடிக்கிறது? நம்மைப் பற்றி நாம் என்ன நினைக்கிறோம்? நம்மைப் பற்றி மேன்மையான ஒரு சித்திரம் நம் மனத்தில் இருக்கிறதா? இந்தக் கேள்விக்கெல்லாம் நம்மிடம் பதில் உண்டா?

நம் சுயத்தை நாம் முழுமையாக அங்கீகரிக்கும் போதுதான் இந்தக் கேள்விக்கெல்லாம் அர்த்தம் இருக்கும். நம் கண்களில் நாம் என்னவாகத் தெரிகிறோம் என்பது மிகவும் முக்கியமானது. மேன்மையும் கம்பீரமும் கொண்ட ஒரு சுய பிம்பம்தான் நம் கண்களில் நாம் நிமிர்ந்து நிற்பதற்கு உதவ முடியும். அப்போதுதான் நம் வாழ்க்கையை நாம் நிறைவுடனும் சந்தோஷத்துடனும் வாழ முடியும். அம்மாதிரியான சுய பிம்பம் மனத்தில் இருக்கவேண்டுமானால் நாம் இப்போது வாழும் வாழ்க்கை முறையிலிருந்து விடுபட்டாலொழிய அது நடக்காது. அது நாம் நம் சுயத்தின் கம்பீரத்துடன் வாழ்ந்தால்தான் முடியும். தொடர்ந்து ஒவ்வொரு

கணமும் மாறிக்கொண்டிருக்கும் மனப் பிம்பத்திலிருந்து விடுபட்டு, உயிரின் ஆழத்தில் வேர்கொண்டிருக்கும் உண்மைச் சுயத்தில் நிலைகொண்டால்தான் மேன்மையும் கம்பீரம் நமக்கு உரித்தாகும்.

❍

✷ *நான் சேலம் பல்கலைக்கழகத்தில் முதுகலைப் பட்டப்படிப்பு படித்து வருகிறேன். பல்கலைக் கழகம் என்பதால் போட்டி களும், விளையாட்டுகளும் அவ்வப்போது நடந்துகொண்டே இருக்கும். அவற்றில் என்னுடன் பயிலும் சக மாணவர்கள் கலந்துகொள்வார்கள். அவர்களைப்போல் நானும் கலந்துகொள்ள ஆசைப்படுவேன். ஆனால் எனக்கு மிகவும் பயம். ஏனெனில் இதற்கு முன்னால் பள்ளி, கல்லூரியில் படிக்கும்போது எந்தப் போட்டியிலும் கலந்துகொண்டது கிடையாது. இப்போது நான் பேச்சுப் போட்டியில் கலந்து கொண்டால் கை, கால் நடுங்குகிறது, வாய் குளறுகிறது, நெஞ்சம் பதைபதைக்கிறது, மனப்பாடம் செய்தது மறக்கிறது. நானும் என் நண்பர்களைப் போல எல்லாப்போட்டிகளிலும், விளையாட்டுகளிலும் பயம் இல்லாமல் கலந்துகொள்ள ஒரு வழி சொல்லுங்கள்.*

❁ நீங்கள் தனித்துவம் வாய்ந்த ஒருவர் என்னும் உண்மை ஏன் உங்களுக்குத் தெரியவில்லை? இது தெரியாததால் உங்களை மற்றவர்களின் கண்கள் வழியாகப் பார்த்துக்கொண் டிருக்கிறீர்கள். அப்படிப் பார்த்து, 'நீங்கள் சரியில்லை,' என்று தொடர்ந்து சொல்லிக் கொண்டிருக்கிறீர்கள். அவர்களின் அளவைகளின்படி உங்களைக் குற்றம் குறைகள் உள்ளவராகப் பார்த்துக்கொண்டிருக்கிறீர்கள். இதன் விளைவுதான் உங்கள் பயம் நடுக்கம் எல்லாம். போட்டிகளில் கலந்து கொள்ளும்போதுகூட மற்றவர்களின் அங்கீகாரம்தான் உங்களுக்குப் பெரிதாகத் தெரிகிறது. உங்களை, உங்கள் சுயத்தை முக்கியத்துவம் வாய்ந்ததாக நீங்கள் நினைக்கவில்லை. உங்கள் உண்மையான சுயத்துடன் உங்களுக்கு நேரடி உறவே இல்லை என்றுகூடச் சொல்லலாம்.

மற்றவர்கள் உங்களைப் பற்றி என்ன நினைக்கிறார்கள் என்பது அவர்களின் விஷயம். உங்களுக்குத் தொடர்பில்லாதது. அது அவர்கள் மனத்தில் இருக்கும் பிம்பம். அதுபற்றி நீங்கள் சிறிதும் கவலைப்படத் தேவையில்லை; கவனம் கொள்ளத் தேவையில்லை. 'எனக்கு நான் இருக்கிறேன்,' என்று தலைநிமிர்ந்து நில்லுங்கள். உங்களுக்கு நீங்களே

முழு அங்கீகாரம் அளித்துக்கொள்ளுங்கள். 'நான் .... (உங்கள் பெயரை எழுதுங்கள்). நான் முழுமையானவன்,' என்று தினமும் 50 முறை எழுதுங்கள். 100 முறையாவது மனத்திற்குள் சொல்லுங்கள்.

போட்டிகளில் கலந்துகொள்ளும்போது உங்கள் திறமையை, உங்கள் அறிவை நீங்கள் காட்டுங்கள். மனத்திற்குள் மற்றவர்களுடன் போட்டி போட வேண்டாம். உங்கள் வாழ்க்கையை நீங்கள் மட்டும்தான் வாழமுடியும். மற்ற எல்லோரும் இரண்டாம் பட்சம்தான். இந்த உண்மையைப் புரிந்துகொள்ளுங்கள்.

❍

✸ நானும் என் தாய் மாமாவும் காதலித்துக் கல்யாணம் செய்துகொண்டோம். எங்களுக்குத் திருமணமாகி நான்கு வருடங்கள் ஆகிவிட்டன. ஆனால் இதுவரை குழந்தை இல்லை, மன நிம்மதியும் இல்லை. நான் என் கணவரை மிகவும் நேசிக்கிறேன். ஆனால் அவர் எடுத்ததுக்கெல்லாம் என் மீது எரிந்து விழுகிறார். எங்களுக்குள் சின்னச் சண்டை வந்தால்கூட, உடனடியாக என் பெற்றோரை அழைத்துக் கடுமையாகப் பேசுகிறார். என் மீது குற்றம் கண்டுபிடிப்பதையே வேலையாக வைத்திருக்கிறார். அது மட்டுமல்லாமல், சின்னப் பிரச்சினைக்குகூட 'வீட்டை விட்டு வெளியே போ!' என ஈவு இரக்கமின்றிச் சொல்லுவார். பல நாட்கள் பொறுமையாக இருந்தேன் ஆனால் ஒருநாள் மனமுடைந்து 'மீண்டும் வீட்டுக்கு வந்துவிடு,' என நீங்களே என்னிடம் சொல்லும் நாளில்தான் வீடு திரும்புவேன்,' எனச் சொல்லிவிட்டுப் பத்து நாட்களுக்கு முன்பு என் தாய்வீட்டுக்கு வந்துவிட்டேன். ஆனால் இதுவரை அவர் என்னை அழைக்கவே இல்லை. அவருடைய அழைப்பை எதிர்பார்த்துக் காத்திருக்காமல் நானாகச் சென்றால், என்னைப் பழையபடிதான் நடத்துவார். இப்போது நான் என்ன செய்ய?

❁ நீங்கள் உங்களை மதிக்கிறீர்கள். வீட்டைவிட்டு நீங்கள் வெளியே வந்ததிலிருந்து இது தெளிவாகத் தெரிகிறது. ஆனால் உடனடியாக அவர் வந்து உங்களை அழைத்துக்கொண்டு போய்விடுவார் என்று எதிர்பார்த்திருக்கிறீர்கள். அது நடக்க வில்லை என்றதும் உங்கள் மனத்தில் பயம் எழுந்திருக்கிறது. ஆனால் நீங்களாகத் திரும்பப் போவது சரியாக இருக்காது. நீங்கள் சொல்வதுபோல் பழைய விஷயங்கள்தான் தொடரும்.

இன்னும் மோசமாகக் கூட நடக்க முடியும். உங்கள் நிலைமை இன்னும் பலவீனமானதாகத் தெரியும். அவரை நீங்கள் மிகவும் நேசிப்பதாகச் சொல்கிறீர்கள். அவர் உங்களை நேசிக்கிறாரா? உங்களுடன் சண்டை போடும்போதுகூட உங்களோடு நில்லாமல் உங்கள் பெற்றோரிடம் வந்து குறை கூறுவது தவறான நடவடிக்கை. வாங்கிய பொருள் சரியில்லை என்று கடைக்காரரிடம் புகார் செய்வதுபோல் இருக்கிறது. குழந்தை இல்லை என்று சொல்கிறீர்கள். சண்டைக்கு அது காரணமா என்று நீங்கள் சொல்லவில்லை. அது குறித்து இருவரும் பரிசோதனைகள் மேற்கொண்டீர்களா? கொஞ்ச நாட்களுக்குத் தாய்வீட்டிலேயே இருங்கள். உங்கள் மீது நீங்கள் வைத்திருக்கும் சுய மரியாதையுடனும் முழு நம்பிக்கையுடனும் காத்திருங்கள். எல்லாம் சரியாக நடக்கும்.

வாரம் 24

கால மாற்றம்

காலம் மாறிவருகிறது. பல நூற்றாண்டுகளாகக் கேள்விகள் ஏதும் கேட்கப்படாமல் இருந்து வந்திருக்கும் நம்பிக்கைகள் இப்போது வாழ்க்கையின் புதிய வெளிச்சத்தில் கேள்விக்குள்ளாகியிருக்கின்றன. இளைய தலைமுறையினர் வாழ்க்கையைப் புதிய கோணங்களில் இருந்து பார்க்கத் தொடங்கி யிருக்கிறார்கள். புதிய அறிவுத் தளங்கள் புதிய நம்பிக்கைகளைத் தோற்றுவிக்கின்றன. புதிய நம்பிக்கைகள் புதிய பார்வைக் கண்ணோட்டங்களை உருவாக்குகின்றன. புதிய கேள்விகளை அவர்கள் கேட்கிறார்கள்.

புதிய கேள்விகளுக்கான புதிய பதில்களைத் தேடும் வேலை தொடங்கியாயிற்று. இந்தத் தேடுதல் நம்மை எங்கெங்கே அழைத்துச் செல்லப் போகிறது? வாழ்க்கை எந்தப் புதிய தடங்களைத் திறந்து காட்டப் போகிறது? எந்த விதமான புதிய அனுபவங்களுக்கு நாம் நம்மை ஆயத்தப்படுத்திக் கொள்ளவேண்டும்? இவைதான் இப்போது நம்மை எதிர்கொண்டு நிற்கும் கேள்விகள். இன்றைய தலைமுறையினர் இந்தப் புதிய பயணத்தைத் தொடங்கியிருக்கிறார்கள். பொறுப்புள்ள பெரியோர்கள் அவர்களுடன் சேர்ந்துகொண்டு அவர்களின் பயணத்தில் பங்குகொள்வதோடு மட்டுமில்லாமல் தாமும் வாழ்க்கை பற்றிய புதிய பாடங்களைக் கற்றுக் கொள்ளத் திறந்த மனத்தோடு தயாராகவேண்டும்.

❍

* நான் ஒரு வனவியல் பட்டதாரி. இந்திய ஆட்சிப் பணிக்கு தயாராகி வருகிறேன். நானும் என் தோழியும் கடந்த ஆறு வருடங்களாக நேசித்துவருகிறோம். அவள் பொறியியல் பட்டதாரி. அவளும் இந்திய ஆட்சிப் பணிக்குத் தயாராகி வருகிறாள். எங்கள் காதலை எங்கள் பெற்றோரிடம் தெரிவித்து விட்டோம். என் வீட்டில் முழுச் சம்மதம் தெரிவித்து விட்டார்கள். ஆனால் என் காதலி வீட்டில் கடுமையாக எதிர்க்கிறார்கள். அவளுடைய வீடும் என்னுடையதும் ஒரே பகுதியில் இருப்பதால் எங்கள் குடும்பத்தைப் பற்றியும், என்னைப் பற்றியும் அவர்கள் நன்றாக அறிவார்கள். சுமுகமான உறவு எங்கள் இரு வீட்டாரிடத்திலும் இருந்தது. இருப்பினும் சாதி, வேலையின்மையைக் காரணம் காட்டி மறுக்கிறார்கள். நல்ல வேலையில் சேர்ந்து எங்கள் திறமையை நிரூபிக்க ஒரு வருடம் அவகாசம் கேட்டபோது அறவே மறுத்துவிட்டார்கள். தினமும் வீட்டில் போராட்டங்களைத் தாங்கிக் கொண்டு படித்துக்கொண்டிருக்கிறாள் என் தோழி. என் அப்பா அவளுடைய அப்பாவிடம் பேசினார். ஆனால் அவர் மிக நாகரிகமாக மறுத்துவிட்டார்.

இதற்கிடையில் அவளது பெற்றோர் திடீரென்று வேறொருவரோடு திருமண ஏற்பாடு செய்தார்கள். ஆனால் அவள் துணிச்சலாக மறுத்துவிட்டாள். இதனால் தினமும் திட்டும், அடியும் வாங்கியபடி உறுதியான மனதோடு போராடி வருகிறாள். இந்தச் சூழ்நிலையில்கூட எங்களுக்கு அவளின் பெற்றோரை மீறி வெளியே வர மனம் இல்லை. குறிப்பாக அவள் தன் காதலை எப்படியும் தன் பெற்றோருக்குப் புரியவைத்துவிட முடியும் என்ற வைராக்கியத்தோடு அவ்வளவு வேதனைகளையும் தாண்டிக் காதலையும், படிப்பையும் தொடர்கிறாள். இந்த ஆறு வருடக் காதல் வாழ்க்கையில் எங்களுடைய சுயகட்டுப்பாட்டை என்றுமே நாங்கள் இழந்ததில்லை. அவளது பெற்றோர் உறவினர்களின் பேச்சுக்குப் பயந்துதான் எங்கள் காதலை எதிர்க்கிறார்கள். எங்கள் காதல், திறமையும் இரண்டையும் நிரூபிக்க வாய்ப்பும், அவகாசமும் அவர்கள் கொடுக்க வேண்டும். இந்த நிலையில் எங்கள் சிக்கலுக்கு ஒரு தீர்வைச் சொல்லுவதைக் காட்டிலும் இது போலக் காதலை எதிர்க்கும் பெற்றோருக்கு உங்கள் அறிவுரை தரும்படி வேண்டிக் கேட்டுக்கொள்கிறேன்.

* பெற்றோரின் விருப்பத்துக்கு மதிப்பளிப்பதற்கும், தான் தனித்துவம் வாய்ந்த ஒரு மனிதன் என்னும் உண்மைக்கும் இடையில் ஒரு நடுநிலைமை வகிப்பது மிகவும் முக்கியம். பெற்றோரின் அதிகாரத்துக்கு ஒரு எல்லையை நிர்ணயிப்பது

அவசியம். பெற்றோரின் விருப்பத்தையும் அவர்களின் உணர்வுகளையும் சற்றும் மதிக்காமல் தன் விருப்பப்படி நடந்து கொள்வது எந்த அளவுக்குச் சரியில்லையோ, அந்த அளவுக்குத் தன் விருப்பத்துக்கு முக்கியத்துவம் ஏதும் அளிக்காமல் பெற்றோரின் அதிகாரத்துக்குக் கண்மூடித்தனமாக இலக்காகி அதற்கு அடிமையாக இருப்பதும் சரியில்லைதான். பெற்றோரும் தனிமனிதர்கள்தான். அவர்களின் அதிகாரம் சமூகம் அவர்களுக்கு அளித்துள்ள அதிகாரம். அதை அவர்கள் எந்த அளவுக்குச் சரியாகப் பயன்படுத்துகிறார்கள் என்பது முக்கியமாகக் கவனிக்கப் படவேண்டிய விஷயம். சாதி, உறவினர்கள் என்ன சொல்வார்கள் என்று அஞ்சுவது போன்ற காரணங்களுக்காக அவர்கள் தம்முடைய பிள்ளைகளின் நியாயமான விருப்பத்துக்குத் தடையாகச் செயல்படுவார்களேயானால் அவர்கள் தமக்குச் சமூகம் அளித்துள்ள அதிகாரத்தைத் தவறாகப் பயன்படுத்துகிறார்கள் என்றுதான் அர்த்தம். அவர்களுக்குத் தங்கள் அதிகாரத்தின் வரம்புகள் புரியவேண்டியது அவசியம். சிறியவர்கள் பெரியவர்களின் கருத்துக்கு மதிப்பளிக்கவேண்டும். ஆனால் அதே நேரம் பெரியவர்களும் சிறியவர்களுக்கு மதிப்பளிப்பதும் முக்கியம்.

வளர்ந்த பிள்ளைகள் இதுபோன்ற விஷயங்கள் குறித்துச் சிந்திக்கக் கற்க வேண்டும். சுயமாக முடிவெடுக்கவும் அவர்கள் கற்றுக்கொள்ள வேண்டும். அப்போதுதான் அவர்கள் தங்களையும் தங்கள் தனித்துவத்தையும் மதிக்கிறார்கள் என்று கொள்ளமுடியும்.

வாரம் 25

காதலிக்க வேண்டிய கட்டாயம்

காதலித்தாக வேண்டும் என்பது இன்றைக்கு ஒரு கட்டாயமாகிவிட்டது. அது ஒரு அடிப்படைத் தகுதி என்னும் அளவுக்கு முக்கியத்துவம் வாய்ந்ததாகி விட்டது. ஆனால் காதல் என்பது என்ன என்று யாருக்கும் தெரியாது. நினைத்து நினைத்து ஏங்குவது, மனமுருகிப் போவது, சிறகடித்துப் பறப்பதுபோன்ற உணர்வு கொள்வது, சந்திக்கும் நேரங்களில் சிலிர்ப்பில் இருப்பது, போன்று சிலவற்றை நாம் காதலுக்கான அடையாளங்கள் என்று வைத்திருக்கிறோம். இவை இருந்தால் போதும். உண்மையில் காதல் என்றால் என்ன என்பது முக்கியமே இல்லை. இப்படித்தான் இன்று நிலைமை இருக்கிறது.

காதல் என்பதை வாழ்க்கையின் கஷ்டங்களி லிருந்தும் அதன் அர்த்தமற்ற நிலையிலிருந்தும் தப்பித்துக்கொள்வதற்குப் பயன்படுத்திக் கொள்கிறோம். அடிக்கடி சந்தித்துக்கொள்ள வேண்டும், விடாமல் மணிக்கணக்கில் செல்போனில் பேசிக்கொண்டே இருக்கவேண்டும். முடிந்தால் சினிமாவில் காட்டுவதைப் போல இரவு முழுவதும் பேசிக்கொண்டிருக்க வேண்டும். வாழ்க்கை பற்றிய ஆழமான சிந்தனையோ, தீர்க்கமான புரிதலோ வேண்டாம். வாழ்க்கையின் மற்ற அம்சங்களுக்குச் சிறிதும் கவனம் செலுத்த வேண்டிய அவசியமில்லை. இதுதான் இன்றைய நிலை.

இந்த நிலை இளைய தலைமுறையினரின் மனங்களை அலைக்கழிக்கிறது. அவர்களைச் சிந்திக்க விடாமல் அவர்கள் கவனத்தைத் திசை திருப்பிவிடுகிறது. சினிமாவும் தொலைக்காட்சியும் இந்தச் சீரழிவில் பெரும் பங்கு வகிக்கின்றன. இளைய தலைமுறையினர் சற்று விழித்துக் கொண்டால் இந்த நிலையிலிருந்து விடுபட வழி பிறக்கும். உண்மையான உறவு என்பது என்ன என்று அறிந்துகொள்வதற்கு அது வழிவகுக்கும்.

❍

- என் உயிரினும் மேலாக ஒருவரை நான் காதலிக்கிறேன். அவரிடம் என் காதலைச் சொன்ன போது தான் ஏற்கனவே ஒரு பெண்ணைக் காதலிப்பதாகவும் இருந்தாலும் என் மீது அளவு கடந்த அன்பு இருப்பதாகவும் சொன்னார். எங்கள் காதல் வளரத் தொடங்கியது. மிக நெருக்கமாகக் காதலைப் பரிமாறிக் கொண்டோம். ஆனால் எனக்கு முன்பு காதலித்து வந்த பெண்ணோடு திருமணம் நிச்சயம் செய்துகொண்டார். அப்போதும் அந்தப் பெண் மீது காதல் இல்லை, என்னைத்தான் மனப்பூர்வமாக விரும்புவதாகச் சொன்னார். இதனால் நான் மனமுடைந்துபோனேன். அந்தச் சூழலில் கடந்த நான்கு வருடங்களாக என்னை மட்டுமே காதலித்துக்கொண்டிருக்கும் வேறொரு ஆண் மீண்டும் என்னைச் சந்தித்து என்னைத் திருமணம் செய்ய விரும்புவதாகச் சொன்னார். இவர் மேல் எழுந்த கோபத்தில் அவரைத் திருமணம் செய்ய ஒப்புக்கொண்டேன். இப்போது எனக்கும் திருமணம் நிச்சயமாகிவிட்டது. என் காதலன் அவர் நிச்சயம் செய்துக்கொண்ட பெண்ணோடு மிக இயல்பாக இருக்கிறார். ஆனால் எனக்கு நிச்சயமான ஆணோடு என்னால் சகஜமாகப் பழகமுடியவில்லை. இதற்கிடையில் தான் அந்தப் பெண்ணை மணந்தாலும் என்னோடு உள்ள உறவு தொடரும் என்றார் என் காதலன். இப்படியாக எங்கள் காதல் தொடர்ந்துகொண்டிருக்கிறது. நான் செய்வது தவறு என்கிறது மனம். ஆனால் அவரைக் கண்டதும் நான் உருகிப் போய்விடுகிறேன். மிகவும் குழப்பமாக உள்ளது. எனக்கு உதவுங்கள்.

- சீரிய சிந்தனை என்பது சிறிது கூட இல்லாமல் முற்றிலும் உணர்ச்சிவசப்பட்ட நிலையில் மட்டுமே உங்கள் வாழ்க்கையை நீங்கள் வாழ்ந்துகொண்டிருக்கிறீர்கள் என்பது வெளிப்படையாகத் தெரிகிறது. உங்கள் காதலர் என்று நீங்கள் சொல்லும் நபர் உங்களைத் தன் பிடிக்குள் வைத்துக்கொண்டு தன் இஷ்டப்படி வளைத்துக்கொண்டிருக்கிறார். தனக்கு

நிச்சயம் செய்திருக்கும் பெண்ணைவிட உங்களைத்தான் அவர் அதிகம் விரும்புகிறார் என்றால் உங்களை ஏன் திருமணம் செய்துகொள்ளக்கூடாது? இதை அவரிடம் கேட்டீர்களா? அந்தப் பெண்ணைத் திருமணம் செய்து கொண்டாலும் உங்கள் உறவு தொடரும் என்பதற்கு என்ன பொருள்? அப்படிப்பட்ட உங்கள் உறவுக்கான அங்கீகாரம் என்ன? நீங்கள் என்ன இரண்டாம் தரம் கொண்ட பொருளா? உங்கள் மீது உங்களுக்குச் சற்றும் மதிப்போ பிரியமோ இல்லையா? உங்களை நீங்கள் சற்றும் கணக்கில் எடுத்துக்கொள்ளவே இல்லை என்பதுதான் உண்மை. உங்கள் மனத்தில் உங்களைப்பற்றியும் உங்கள் வாழ்க்கை பற்றியும் என்ன நினைத்துக்கொண்டிருக்கிறீர்கள்? அந்த நபர் உங்கள் வாழ்க்கையோடு சிறிதும் பொறுப்பின்றி விளையாடிக்கொண்டிருக்கிறார். அதற்கு நீங்கள் இடமளித்துக் கொண்டிருக்கிறீர்கள். இதை முதலில் நிறுத்துங்கள். அப்போது உங்களுக்கு உறவு என்பது என்ன என்று புரியத் தொடங்கும். இதே பகுதியில் உறவு என்பதைப் பற்றி ஏற்கனவே நான் சொல்லியிருக்கும் விஷயங்களைப் படியுங்கள். உங்களைக் காதலிக்கும் அந்த மனிதரைத் திருமணம் செய்துகொண்டு சந்தோஷமாக வாழத் தொடங்குங்கள்.

○

❋ எனக்கு 25 வயதாகிறது. படித்து முடித்துவிட்டு நான்கு வருடங்களாக வீட்டிலேயேதான் இருக்கிறேன். சில நாட்களுக்கு முன்னால் என் திருமணத்தை ஒரு காரணமும் இன்றி நானே நிறுத்திவிட்டேன். என்னைக் கல்யாணம் செய்துகொள்வதாய் இருந்த அந்த நபர் மீது தவறொன்று மில்லை. என் மனக்குழப்பம்தான் காரணம். எதை எடுத்தாலும் எனக்குக் குழப்பமாக உள்ளது. நினைப்பது ஒன்று பேசுவது வேறொன்றாக இருக்கிறது. யாரிடமும் தெளிவாகப் பேச முடியவில்லை. என்னால் என் பெற்றோருக்கும் மனக்கவலை. சதாசர்வகாலமும் பதற்றமாகவே இருக்கிறேன். என் மன அழுத்தத்தை நானே குறைத்துக்கொள்ளக் கற்பனையான உலகில் வசிக்கிறேன். சினிமா கதாபாத்திரங்களோடு என்னை ஒப்பிட்டுப் பார்த்துக் கனவுலகில் மிதக்கிறேன். நான் ஒரு ஸூப்பர் வுமன் எனச் சொல்லிக்கொள்கிறேன். ஆனால் எதிர்மறையான எண்ணங்கள் அடிக்கடி எழுகின்றன. கைகள் எப்பவுமே நடுங்குகின்றன. நான் எதைச் செய்தாலும் அது தவறு எனத் தோன்றுகிறது. இப்படி வெவ்வேறு எண்ணங்கள் அலை மோதுகின்றன. நான் தெளிவாகச் சிந்திக்கும் பெண்ணாக மாறவேண்டும். அதற்கு நான் என்ன செய்ய வேண்டும்?

- உங்களுக்கு ஆழமான மன அழுத்தம் இருக்கிறது என்பது தெரிகிறது. ஒரு அளவில் மன அழுத்தம் என்பது வேதனை நிரம்பியதாக இருந்தாலும் அது மனமாற்றத்தையும் அகவளர்ச்சியையும் தூண்டும் ஒரு விஷயம். அந்த அளவில் அது நன்மை தரக்கூடியது என்று சொல்லலாம். உங்களை நீங்களே ஸூப்பர் வுமன் என்று சொல்லிக்கொள்வது நல்ல விஷயம்தான். உங்களுக்குள் ஒரு ஸூப்பர் வுமன் இருக்கிறாள் என்பதற்கு அது ஒரு அடையாளம். அவள் வெளியே வரவேண்டும். அதே நேரம் உங்கள் மனத்தில் உங்களைப் பற்றி மிகவும் தாழ்மையான ஒரு மனப்பிம்பம் இருக்கிறது என்பதும் தெரிகிறது. உங்களை நீங்கள் குறைவாக மதிப்பிட்டுக்கொண்டிருக்கிறீர்கள். உங்களுக்குள்ளே ஒரு சுயவிமரிசனம் இருந்துகொண்டே இருக்கிறது. அது உங்களை வளரவிடாமல் தடுக்கிறது. உங்கள் வாழ்க்கையை நீங்கள் முழுமையான சந்தோஷத்துடனும் திருப்தியுடனும் வாழ்வதை அது கட்டுப்படுத்துகிறது.

நீங்கள் செய்யவேண்டிய விஷயங்கள் இரண்டு இருக்கின்றன. ஒரு மன நல மருத்துவரைப் பாருங்கள். கூடவே உளவியல் ஆலோசகர் ஒருவரையும் சந்தியுங்கள். உங்களை நீங்கள் அறிந்துகொள்வதற்கும் உங்கள் அகவளர்ச்சிக்கும் இது மிகவும் உதவியாக இருக்கும்.

வாரம் 26

வாழ்க்கை பற்றிய கருத்துக்கள்

வாழ்க்கை பற்றிய ஆழமான புரிதல் ஏதும் நமக்குக் கிடையாது. நமக்கு இருப்பது வெறும் இரவல் கருத்துக்கள்தான். அதனால் வாழ்க்கை பெருமளவுக்குக் குழப்பமும் சிக்கலும் நிறைந்ததாக இருக்கிறது. வாழ்க்கை பற்றிய நம் கருத்துக்களையே வாழ்க்கை என்று நினைத்துக்கொள்கிறோம். இதனால் வாழ்க்கையின் அடிப்படையான எளிமையையும் நேரடித்தன்மையையும் முற்றிலுமாகத் தொலைத்து விட்டோம். மனத்தின் குழப்பங்களும் சிந்தனையின் சிக்கல்களும் வாழ்க்கையின் சிக்கலாக ஆகிவிட்டன. வாழ்க்கையின் ஒவ்வொரு அம்சத்தையும் நாம் பிரச்னைக்குரியதாக ஆக்கிவிட்டிருக்கிறோம். குறிப்பாக உறவுத் தளத்தில் இன்று தொட்டதெல்லாம் பிரச்னையாக உருவெடுக்கிறது. உறவுத்தளம்தான் மனித உணர்ச்சிகளும் மென்னுணர்வுகளும் ஊடாடும் மேடை. வாழ்க்கையின் நாடகம் எல்லாம் அங்கேதான் நடக்கிறது.

முன்பைவிட இன்று குழப்பமும் சிக்கலும் அதிகமாகியிருப்பதற்குக் காரணம் அதிகரித்துவரும் அறிவுணர்வுதான். ஒரு அளவில் இது நல்லதுதான். மாறிவரும் மனித வாழ்க்கையின் பயணத்தில் இன்று புதியதொரு கட்டம் நடந்துவருகிறது. இது புதிய தெளிவுகளுக்கு நம்மை அழைத்துச் செல்கிறது. பயணிப்போம்.

❋ நான்கு வருடங்களாக ஒரு பெண்ணோடு நெருக்கமாகப் பழகிக் கொண்டிருக்கிறேன். ஆனால் அவருக்கு என்னை விடவும் 6 வயது அதிகம். இன்னமும் திருமணம் ஆகாமல்தான் இருக்கிறார். அவரைத் திருமணம் செய்துகொள்ள வேண்டும் என ஆசைப்படுகிறேன். அவருக்கும் இதில் விருப்பம்தான். ஆனால் என் வீட்டில் எப்படி இதைச் சொல்வது என்றே புரியவில்லை. நான் சொன்னால் ஏற்றுக் கொள்வார்களா? திருமணம் செய்துகொண்டால் என்ன விதமான பிரச்னைகளைச் சந்திக்க வேண்டியிருக்கும்? அதை எப்படி எதிர்கொள்வது? எதுவுமே புரியவில்லை. இதனால் சமூகத்தில் என்ன மாதிரியான சிக்கல்களை நான் எதிர்கொள்ள வேண்டியிருக்கும் என்பதை நீங்கள் விளக்கிக் கூறும்படிக் கேட்டுக்கொள்கிறேன். அதன் மூலம் நான் ஒரு முடிவுக்கு வரமுடியும் என நம்புகிறேன். ரொம்பவும் குழப்பமாக உள்ளது.

❋ முதலில் மற்றவர்கள் என்ன சொல்லக் கூடும் என்று பார்ப்போம். 'உங்களுக்கு என்ன குறைச்சல்? நீங்கள் இவ்வாறு செய்யவேண்டிய அவசியம் என்ன? முதலில் அவளுக்கு வயதாகிவிடுமே? வயதில் பெரியவளாக இருப்பதால் கொஞ்ச நாட்களில் அவள் உங்கள்மேல் ஆதிக்கம் செலுத்தத் தொடங்கிவிடுவாள்,' என்றெல்லாம் சொல்வார்கள். அது தவிர, சாதாரணமாக எல்லா உறவுகளிலும் வரக்கூடிய எந்த ஒரு சிறிய பிரச்னைக்கும் இந்த வயது விஷயம்தான் காரணம் என்று சொல்வார்கள். இவைதான் நீங்கள் சமூக ரீதியாகச் சந்திக்கக் கூடிய பிரச்னைகள்.

இப்போது உங்களைப் பற்றிப் பார்ப்போம். மற்றவர்கள் என்ன சொல்வார்கள், அதை நான் எப்படி எதிர்கொள்வது என்பது உங்கள் முக்கியக் கவலையாக இருக்கிறது. இந்த விஷயத்தில் உள்ள பிரச்னைகளைப் பற்றித்தான் நீங்கள் பெரிதும் கவனமாக இருக்கிறீர்கள். உண்மையில் உங்களுக்கு இந்த உறவு எந்த அளவுக்கு முக்கியம்? எல்லோரும் ஒப்புக்கொள்ளும்படியாக இருந்தால்தான் நீங்கள் இந்த உறவைத் தொடர்வீர்களா? சமூகத்தின் பார்வை முக்கியமா அல்லது உங்கள் இதயம் சொல்வது முக்கியமா? இதில் எது சரி? இந்த முடிவை நீங்கள் மட்டுமே எடுக்க முடியும். உங்கள் முடிவு எதுவாக இருந்தாலும் அதற்கு விளைவுகள் உண்டு. அது என்னவாக இருந்தாலும் அதற்கு நீங்கள் பொறுப்பேற்றுக்கொண்டு முடிவெடுங்கள். அவசரப்படாமல் நிதானமாகச் சிந்தித்துச் செயல்படுங்கள்.

✸ நானும் அவனும் ஒரே கல்லூரியில்தான் படித்தோம். அப்போதே காதல் வந்தது. கடந்த 5 வருடங்களாகக் காதலித்து வருகிறோம். என்னுடைய குணமும் அவனுடையதும் நேர் எதிர் எனச் சொல்லலாம். ஆணும் பெண்ணும் சமம் என நான் நினைப்பேன். ஆனால் அவனோ, 'பொண்ணுன்னா மரபை மீறக்கூடாது,' என வாதாடுவான். ஆனால் போகப்போக அவனிடம் நல்ல மாற்றங்கள் காணப்பட்டு என் உணர்வுகளை மதிக்க ஆரம்பித்தான். படித்து முடித்தபிறகு நல்ல வேலையில் சேர்ந்தவுடன் வீட்டில் எங்கள் காதலைத் தெரிவித்துச் சம்மதம் பெறலாம் என நினைத்தோம். ஆனால் எதிர்பார்த்தபடி வேலை கிடைக்கவில்லை. ஆனால் ஏதோ ஒரு வேலையில் தற்காலிகமாகச் சேர்ந்தான். திடீரென என் வீட்டில் எனக்கு மாப்பிள்ளை பார்க்க ஆரம்பித்துவிட்டார்கள். என் மீது அளவுகடந்த பாசம் வைத்திருக்கும் என் பெற்றோரிடம் காதலைப் பற்றி எப்படிச் சொல்வது எனத் தெரியாமல் ஒரு கடிதத்தில் எழுதிக் கொடுத்தேன். அதைப் படித்துவிட்டு மிகவும் வருந்தினார்கள். அவனைக் கல்யாணம் பண்ணிக் கொண்டால் தற்கொலை செய்துகொள்வோம் என்றார்கள். அந்தச் சிக்கலை அவனிடம் சொன்னபோது, 'யாரையும் நாம் கஷ்டப்படுத்த வேண்டாம். கொஞ்சம் பொறுமையாக இருப்போம்,' என்றான். இதற்கு பிறகு என் வீட்டில் என் மொபைல்போனைப் பிடுங்கி வைத்துக்கொண்டார்கள். வேலைக்கும் போகக்கூடாது எனத் தடுத்துவிட்டார்கள். திடீரென்று அவன் தங்கை வீட்டில் சொல்லாமல் யாரையோ கல்யாணம் செய்துகொண்டார். 'என் தங்கச்சியினால் என் வீட்டில் மனமுடைந்துபோய் இருக்காங்க. நானும் அதே காரியத்தைச் செய்ய முடியாது. உங்க வீட்டில் உனக்குப் பார்க்கும் மாப்பிள்ளையை நீ கல்யாணம் செய்துக்கோ,' எனச் சொல்லிவிட்டான். இப்படி அவன் சொல்லி ஒரு வருடம் ஆகிவிட்டது. அதன் பிறகு நாங்கள் சந்திக்கவே இல்லை. ஆனால் என்னால் அவனை மறக்க முடியவில்லை. கல்யாணம் என்ற வார்த்தையைக் கேட்டாலே மனம் பதைபதைக்கிறது. எதையுமே யோசிக்கக்கூட முடியவில்லை. நல்ல வேலைக்குச் சென்று வீட்டுக்கும் பணம் கொடுத்து, நானும் மேல்படிப்பு படிக்க வேண்டும் என்பது என் ஆசையாக முன்பு இருந்தது. ஆனால் இப்போது என்னால் எதையுமே சிந்திக்கவும் முடியவில்லை, செய்யவும் இயலவில்லை. தயவு செய்து எனக்கு மாற்றுப் பாதை காட்டுங்கள்.

✿ நீங்கள் சொல்வதிலிருந்து உங்களைப் பொறுத்தவரையில் இந்த விஷயம் முடிந்துவிட்டதாகத்தான் தெரிகிறது. ஆனால்

இதிலிருந்து எப்படி வெளியே வருவது என்பதுதான் உங்களுக்குத் தெரியவில்லை. உங்களுக்குள் ஏதோ ஒன்று இதைவிட்டு வெளியே வர மறுக்கிறது. இந்த விஷயத்தை விட்டுவிடுவதைத் தவிர்க்கிறது. அவரிடமிருந்து உங்களுக்கு என்ன கிடைத்தது என்று பாருங்கள். உங்களுக்கு அங்கீகாரம் அளித்திருக்கிறார். உங்களை உள்ளபடியே ஏற்றுக்கொண்டிருக்கிறார். உங்களுக்கு மதிப்பளித்திருக்கிறார். இவையெல்லாம் இப்போது கிடைக்கவில்லை. வேறு யாரையாவது திருமணம் செய்துகொண்டால் இவையெல்லாம் கிடைக்குமா என்று உங்களுக்குத் தெரியாது. அதற்காகத்தான் உங்கள் மனம் பதைக்கிறது.

இது ஒரு இழப்புதான். ஆனால் இந்த இழப்பை நீங்கள் ஏற்றுக்கொள்ள வேண்டும். இந்த அனுபவம் இதோடு முடிகிறது. உங்கள் வாழ்க்கையில் ஒரு அத்தியாயம் முடிவுக்கு வந்திருக்கிறது. இதில் உள்ள பயமும் வேதனையும் உங்களைப் புடம் போட்டதுபோல் தூய்மைப்படுத்தும். உங்களை வாழ்க்கையின் அடுத்த கட்டத்துக்கு இது அழைத்துச் செல்லும். அகவளர்ச்சியும் ஆழமான புரிதலும் இதன் பயன்களாக இருக்கும்.

மனத்தின் நினைவுகள்தான் வாழ்க்கையை நாம் புதிதாகச் சந்திக்க முடியாமல் அலைக்கழிக்கின்றன. இதைவிட்டு முழுமையாக நீங்கள் வெளியே வரும்வரைக்கும் இயல்பான வாழ்க்கை வாழ்வது உங்களுக்குக் கடினமாகவே இருக்கும். ஓரளவுக்கு மன அழுத்தமும் உங்களுக்கு இருப்பதாகத் தெரிகிறது. உளவியல் ஆலோசகர் ஒருவரைச் சந்திப்பது உங்களுக்கு உதவியாக இருக்கும்.

வாரம் 27

உள்ளே இருக்கும் குழந்தை

நம் எல்லோருக்குள்ளும் சிறு குழந்தை ஒன்று இருக்கிறது. நமக்கு என்ன வயதானாலும் சரி, அது எப்போதுமே குழந்தையாகத்தான் இருக்கிறது. அந்தக் குழந்தைதான் நமக்குள் சக்தியின் ஊற்றாக இருக்கிறது. வாழ்க்கையில் ஏற்படும் வேதனைகள், சிக்கல்கள் காரணமாக அந்தக் குழந்தையுடன் நமக்கு இருக்கும் தொடர்பு விடுபட்டுப் போய்விடுகிறது. அப்படி ஆகும்போது வாழ்க்கையுடனான நம் தொடர்பும் அறுபட்டுப் போகிறது. இந்த நிலை மன அழுத்தம் உருவாவதற்கு ஏற்றதாக அமைந்துவிடுகிறது. வாழ்க்கையின் அனைத்து அம்சங்களுடன் தொடர்பு விட்டுப் போய்விடுகிறது. எல்லோரிடமிருந்தும் விலகிப் போய்விடுவது, எப்போதும் உள்வாங்கிப் போய்த் தனிமையில் நேரம் கழிப்பது, மிகவும் பிடித்த விஷயங்கள் கூட சுவாரஸியமற்றுப் போய்விடுவது, சந்தோஷம் அளித்த விஷயங்கள் சற்றும் சந்தோஷம் கொடுக்காமல் போவது, சுய நிந்தனை, எதிலும் பிடிப்பு இல்லாமல் போய்விடுவது, இவை எல்லாமே மன அழுத்தத்தின் அறிகுறிகள்தான். நமக்குள்ளே இருக்கும் அந்தச் சிறு குழந்தையை நாம்தான் சந்தோஷமாக வைத்துக்கொள்ளவேண்டும். அது நம்முடைய பொறுப்புதான்.

* *நான் ஒரு பெண்ணை 2 வருடங்களாகக் காதலித்து வருகிறேன். அவளுக்கு என் மேல் உண்மையான அன்பு இருந்தது. ஆனால் இப்போது அந்த அன்பு இல்லை. இப்போது அவள் வேறொருவரைக் காதலித்துக் கொண்டிருக்கிறாள். வேறு ஆணை அவள் காதலிக்கிறாள் எனத் தெரிந்தும் என்னால் அவளை மறக்க முடியவில்லை. நான் நிம்மதியாகத் தூங்கி நான்கு மாதங்கள் ஆகின்றன. சாப்பிடவும் முடியவில்லை. என் நண்பர்களோடு சகஜமாகப் பேசக்கூட முடியவில்லை. கண்களை மூடினாலே அவள் நினைவுகள் துரத்துகின்றன. அவளிடம் கெஞ்சத் தொடங்கிவிட்டேன். முன்பு என் மேல் அளவுகடந்த பாசம் வைத்திருந்தாள். ஆனால் இப்போது பட்டும் படாமல் பேசுகிறாள். ஆனால் என்னிடம் தொடர்ந்து பேசிக்கொண்டுதான் இருக்கிறாள். அவளிடம் கெஞ்சிப் பிரயோஜனம் இல்லை என நினைத்துப் பேசாமலும் இருக்க முடியவில்லை. இப்போதெல்லாம் என் பெற்றோர், பாட்டி யாரோடும் நான் பேசுவதில்லை, தனிமையில் இருக்கிறேன். எனக்கு ஏதாச்சும் ஆகிவிடுமோ எனப் பயமாக இருக்கிறது. நானும் மற்றவர்களைப் போல நிம்மதியாக இருக்க வேண்டும், உதவுங்கள்.*

* *உங்கள் இருவரிடையில் என்ன நடந்தது என்று நீங்கள் சொல்லவில்லை. ஆனால் அந்த உறவு முடிந்துவிட்டது என்பது தெளிவாகத் தெரிகிறது. உங்களால் அந்த உண்மையை இன்னும் ஏற்றுக்கொள்ள முடியவில்லை. நடந்து முடிந்துவிட்ட ஒரு விஷயத்தை உங்களுக்குள்ளே நீங்கள் மிகைப்படுத்திப் பார்த்துக்கொண்டிருக்கிறீர்கள் என்பது வெளிப்படையாகத் தெரிகிறது. 'உண்மையான அன்பு', 'அளவு கடந்த பாசம்' போன்ற சொற்கள் இதைத்தான் காட்டுகின்றன. மனத்தினுள் இன்னும் அதில் தொடர்ந்து வாழ்ந்துகொண்டிருக்கிறீர்கள். இந்தக் காரணத்தால் உங்களையே நீங்கள் மறுத்துக்கொண்டிருக்கிறீர்கள். உங்கள் தனித்தன்மையை விட்டுக்கொடுத்துக் கொண்டிருக்கிறீர்கள். அந்தப் பெண் பற்றியும் அந்த உறவு பற்றியும் நிறையக் கற்பனைகளை வளர்த்துக்கொண்டிருக்கிறீர்கள். உங்கள் வாழ்க்கையின் அடுத்த கட்டத்தினுள் நுழைவதைத் தவிர்க்கிறீர்கள். இது உங்களுக்குச் சற்றும் நல்லதல்ல. ஏற்கனவே நீங்கள் மன அழுத்தத்தில் இருப்பதாகத்தான் தோன்றுகிறது. இது உங்களை இன்னும் மன அழுத்தத்தில் கொண்டுபோய்த் தள்ளிவிடும். அது முடிந்துபோய்விட்டது என்னும் உண்மையை ஏற்றுக்கொள்ளுங்கள். அதன் விளைவாக ஏற்படும் வேதனையைக் கடந்து செல்லுங்கள்.*

உங்கள் மனத்தில் புதிய தெளிவு பிறக்கும். மனித உறவுகள் பற்றி இந்தப் பகுதியில் ஏற்கனவே நிறையப் பேசியிருக்கிறோம். அதையெல்லாம் படியுங்கள். உதவியாக இருக்கும்.

❍

✸ நான் நன்றாகப் படித்திருக்கிறேன் ஆனால் ஆங்கிலம் தெரியாது என்பதனால் வேலையின்றி ஆறு மாதங்களாகக் கஷ்டப்படுகிறேன். மன உளைச்சல் அதீதமாக உள்ளது. ஒரு கற்பனை உலகில் வாழ ஆரம்பித்துவிட்டேன். திடீரென அழுகை வருகிறது. பிறகு அமைதியாக இருப்பேன். திடீரென பல கதாபாத்திரங்கள் எனக்குள் பேசத் தொடங்கிவிடுகின்றன. நன்றாக வரையும் திறமை எனக்கு உண்டு. ஆனால் தனியாக இருக்கும்போது ஏதோ சிறையில் அடைப்பட்டவன் போல தவிக்கிறேன். எனக்கு உதவுங்கள்

✿ உங்களுக்கு ஆங்கிலம் தெரியாதது ஒரு பிரச்னை அல்ல. நீங்கள் சொல்வதிலிருந்து உங்களுக்குத் தாழ்வு மனப்பான்மை இருப்பதும், தன்னம்பிக்கை மிகவும் குறைவாக இருப்பதும் தெரிகிறது. உங்கள் மனத்தில் உங்கள் கட்டுப்பாட்டுக்குள் இல்லாத, தன்னிச்சையான சிந்தனை ஓட்டம் நடந்துகொண் டிருப்பதாகத் தோன்றுகிறது. உங்களிடமிருந்தே நீங்கள் விடுபட்டுப் போயிருக்கிறீர்கள் என்று சொல்லலாம். உங்கள் கேள்வியில் நீங்கள் கொடுத்திருக்கும் விவரங்களிலிருந்து நீங்கள் மிகவும் ஆழமான மன அழுத்தத்தில் இருக்கிறீர்கள் என்பது தெரிகிறது. கற்பனை உலகில் வாழ்வது, தீடீரென அழுகை வருவது, உங்கள் மனத்தில் பல கதாபாத்திரங்கள் பேசுவது, சிறையில் அடைபட்டதுபோல் இருப்பது இவை எல்லாமே தீவிரமான மன அழுத்தத்தின் அறிகுறிகள்தான். உடனடியாக நீங்கள் ஒரு மனநல மருத்துவரைப் பார்ப்பது அவசியம்.